പഠനം

അയ്യപ്പപ്പണിക്കരും
അയ്യപ്പപ്പണിക്കരും

എം.കെ. സാനു

ഗ്രീൻ ബുക്സ്

green books private limited
gb building, civil lane road, ayyanthole,
thrissur- 680 003, kerala, ph: +91 487-2381066, 2381039
website: www.greenbooksindia.com
e-mail: info@greenbooksindia.com

malayalam
ayyappapanickarum ayyappapanickarum
study
by
m.k. sanoo

first published january 2014

cover design : rajesh chalode

branches:
thrissur 0487-2422515
thiruvananthapuram 0471-2335301
calicut 0495 4854662

isbn : 978-81-8423-288-2

₹ 135.00
GBPL/535/2014

ഗ്രീൻ ബുക്സ്

അയ്യപ്പപ്പണിക്കരും അയ്യപ്പപ്പണിക്കരും

എം.കെ. സാനു

എഴുത്തുകാരൻ, അധ്യാപകൻ, സാംസ്കാരികപ്രവർത്തകൻ. 1928 ഒക്ടോബർ 27ന് ആലപ്പുഴയിലെ മംഗലത്തുവീട്ടിൽ ജനനം. പുരോഗമനകലാസാഹിത്യസംഘം പ്രസിഡന്റ്, കേരള സാഹിത്യഅക്കാദമി പ്രസിഡന്റ്, കേരള നിയമസഭാംഗം എന്നീ നിലകളിൽ സേവനമനുഷ്ഠിച്ചിട്ടുണ്ട്. കേരള സാഹിത്യഅക്കാദമി അവാർഡ്, പത്മപ്രഭാ പുരസ്ക്കാരം, കേന്ദ്ര സാഹിത്യ അക്കാദമി അവാർഡ്, 1992ലെ വയലാർ അവാർഡ്, 2013ലെ എഴുത്തച്ഛൻ പുരസ്കാരം എന്നിവ ലഭിച്ചു. ഗ്രീൻ ബുക്സ് പ്രസിദ്ധീകരിച്ച കർമ്മഗതി എന്ന ആത്മകഥയ്ക്ക് വൈഖരി പുരസ്ക്കാരവും സദ്കീർത്തി പുരസ്ക്കാരവും അബുദാബി ശക്തി പുരസ്കാരവും ലഭിച്ചു. കേരള സാഹിത്യ അക്കാദമി വിശിഷ്ടാംഗമാണ്.

കൃതികൾ: *പ്രഭാതദർശനം, നാരായണഗുരുസ്വാമി, സഹോദരൻ അയ്യപ്പൻ, അവധാരണം, കാറ്റും വെളിച്ചവും, അനുഭൂതിയുടെ നിറങ്ങൾ, ചങ്ങമ്പുഴ കൃഷ്ണപിള്ള: നക്ഷത്രങ്ങളുടെ സ്നേഹഭാജനം, കുമാരനാശാൻ, എന്റെ വഴിയമ്പലങ്ങൾ, എഴുത്തിന്റെ നാനാർത്ഥങ്ങൾ, കർമ്മഗതി, ഡോ. പി. പല്പു - ധർമ്മബോധത്തിൽ ജീവിച്ച കർമ്മയോഗി, അശാന്തിയിൽനിന്ന് ശാന്തിയിലേക്ക്, കാവ്യപ്രവേശിക* മുതലായവ.

മേൽവിലാസം: *സന്ധ്യ, കാരിക്കാമുറി, കൊച്ചി–682 011*
ഫോൺ: 0484 – 2353433

മുഖക്കുറി

അയ്യപ്പപ്പണിക്കർ സാഹിത്യത്തിൽ
ബഹുമുഖമായ വ്യക്തിപ്രഭാവമാണ്.
കവിയും വിവർത്തകനും എഡിറ്ററും
അധ്യാപകൻ, പത്രാധിപർ എന്നിങ്ങനെ
ബഹുസ്വരതയിലേക്കു പടരുന്ന
കർമ്മജീവിതമാണ് പണിക്കർക്കുണ്ടായിരുന്നത്.
ഏകാഗ്രമാകുന്ന പ്രതിഭയുടെ തിളക്കം
പണിക്കരുടെ എഴുത്തിൽ തെളിഞ്ഞു കാണാം.
പരിണതപ്രജ്ഞനായ എം.കെ. സാനുവിന്റെ
സൂക്ഷ്മമായ അവലോകനം
അയ്യപ്പപ്പണിക്കരുടെ ഉജ്ജ്വലമായ
സാഹിത്യപ്രതിഭയെ അടയാളപ്പെടുത്തുന്നു.

കൃഷ്ണദാസ്
മാനേജിങ് എഡിറ്റർ

ഉള്ളടക്കം

പ്രസ്താവന

അയ്യപ്പപ്പണിക്കരുമായി എനിക്കെന്താണു ബന്ധമെന്ന് ആരെങ്കിലും ചോദിച്ചാൽ ഞാൻ മൗനം പാലിക്കുകയേയുള്ളൂ. ആ ബന്ധമെന്തെന്നോ അതിന്റെ സ്വഭാവമെന്തെന്നോ എനിക്കുതന്നെ നിശ്ചയമില്ല. എങ്കിലും, ഞങ്ങൾ തമ്മിൽ എങ്ങനെയോ ബന്ധപ്പെട്ടിരുന്നു. അതിൽനിന്ന് എന്റെ മനസ്സിൽ മുദ്രിതമായ വ്യക്തിസ്വരൂപമെന്തെന്ന് വിശദമാക്കാനാണ് ഈ ഗ്രന്ഥത്തിലെ രണ്ടാമത്തെ പ്രബന്ധത്തിൽ തുനിഞ്ഞിട്ടുള്ളത്.

അതെഴുതിക്കഴിഞ്ഞതോടെ സാഹചര്യങ്ങളുടെ ഒഴുക്കിൽപ്പെട്ട് കുറച്ചുകാലം എനിക്ക് അലഞ്ഞുതിരിയേണ്ടതായി വന്നു. അതിനിടയിൽ, ഗുരുവിന്റെ അനുഗ്രഹം പോലെ, വീണുകിട്ടിയ ഏകാന്തതയിലിരുന്നാണ് 'ഗോപികാദണ്ഡകം' എന്ന കവിതയെക്കുറിച്ച് ആസ്വാദനമെഴുതിയത്. 'പ്രേമസംഗീതം' എന്ന് അതിനു തലക്കെട്ടു നൽകാൻ എനിക്ക് അധികമൊന്നും ആലോചിക്കേണ്ടതായി വന്നില്ല.

ചെറിയൊരു മുഖവുരയെങ്കിലും വേണമെന്ന് പിന്നീടു തോന്നി. നാട്ടിൽ കാട്ടുചെടികൾ പോലെ വർദ്ധിച്ചുവരുന്ന സമ്മേളനങ്ങളും അവയുടെ ഭാരവാഹികളും ചേർന്ന് എന്നെ ഏകാന്തതയുടെ കുടിലിൽ നിന്ന് വലിച്ചിറക്കി നിരാശ്രയനാക്കിയതുമൂലം അതെഴുതാൻ ഏറെ ബുദ്ധിമുട്ടനുഭവപ്പെട്ടു. എങ്കിലും എങ്ങനെയോ അതും ഒരു തരത്തിലെഴുതിത്തീർത്തു.

ഗ്രന്ഥത്തിലെ ഉള്ളടക്കത്തെക്കുറിച്ച് ഇതിലധികം പറയാനില്ല. എങ്കിലും, പ്രൊഫ. എം. തോമസ് മാത്യു, ഡോ. പി.വി. കൃഷ്ണൻ നായർ, ശ്രീ. ജോൺ പോൾ എന്നിവർ നിരന്തരമായ ഓർമ്മിപ്പിക്കലിലൂടെ എനിക്കാവശ്യമായ ശക്തി നൽകിക്കൊണ്ടിരുന്നു എന്ന വസ്തുത ഇവിടെ കൃതജ്ഞതയോടെ രേഖപ്പെടുത്തിയേ തീരൂ. കാവാലം നാരായണപ്പണിക്കരുടെയും ജോൺപോളിന്റെയും അഭിപ്രായങ്ങൾക്കു നന്ദി.

പ്രസാധകരായ 'ഗ്രീൻ ബുക്സി'ന് എന്റെ കൃത്യവിലോപം ബുദ്ധിമുട്ടുണ്ടാക്കിയെന്ന് നല്ലവണ്ണമറിയാം. ആ തെറ്റിന് മാപ്പു നൽകാൻ പറ്റുന്നത്ര സ്നേഹം അവർക്ക് എന്റെ പേരിലുണ്ടെന്ന് ഞാൻ ആശ്വസിക്കുന്നു.

എപ്പോഴും എന്നിൽ ആശീർവ്വാദം വർഷിക്കുന്ന വായനക്കാർക്ക് ഇതും സമർപ്പിക്കുന്നു.

കാരിക്കാമുറി, കൊച്ചി **എം.കെ. സാനു**

■

മുഖവുര

ഓർമ്മകൾ അവശേഷിപ്പിച്ചുകൊണ്ടാണ് ഓരോ സുഹൃത്തും പിരിഞ്ഞുപോകുന്നത്. പലതും സ്വകാര്യജീവിതത്തെ മാത്രം ബാധിക്കുന്നതാണ്. ജീവിതാദർശങ്ങളുമായി ബന്ധപ്പെടുന്ന ഓർമ്മകളും അക്കൂട്ടത്തിലുണ്ടാകാം. ചിന്താശീലമുള്ള വരാണ് അത്തരം ഓർമ്മകൾ സംഭാവന ചെയ്യുന്നത്.

സ്വകാര്യജീവിതത്തെപ്പറ്റി സംസാരിക്കുന്നതിൽ വിമുഖ നായിരുന്നു കെ. അയ്യപ്പപ്പണിക്കർ. ആത്മരതിയോടുകൂടി സ്വന്തം മാഹാത്മ്യങ്ങൾ വിസ്തരിച്ചു കേൾപ്പിച്ച് നമ്മെ ബോറടിപ്പിക്കുന്ന സാഹിത്യകാരന്മാരിൽനിന്ന് അദ്ദേഹം വേറിട്ടു നിൽക്കുന്നു. കൊച്ചു കൊച്ചു തമാശകൾ നിസ്സംഗത യോടെ പറയുന്നതിലാണ് അദ്ദേഹം രസിച്ചത്. കേൾക്കുന്ന വരെയും അതു രസിപ്പിക്കുന്നു. ചെറിയൊരു ഉദാഹരണം പറഞ്ഞുകൊള്ളട്ടെ.

ഒരു സദസ്സിൽ നിരത്തിയിട്ട കസേരകളിലൊന്നിൽ ഞാൻ ഇരിക്കുന്നു. എന്നെ ഇഷ്ടപ്പെടാത്ത ഒരു സാഹിത്യകാരൻ കയറി വന്നപ്പോൾ ആദ്യം കണ്ടത് എന്നെയാണ്. എന്റെ അടുത്തുള്ള കസേരയിലിരിക്കാതെ, അദ്ദേഹം അതിനപ്പുറ മുള്ള കസേരയിൽ ഇരിപ്പുറപ്പിച്ചു. അതു കണ്ടുകൊണ്ട് മറ്റൊരു കസേരയിലിരുന്ന അയ്യപ്പപ്പണിക്കർ എഴുന്നേറ്റു വന്ന്, 'സേനയോരുഭയോർമ്മദ്ധ്യേ' എന്നു പറഞ്ഞുകൊണ്ട്, ഞങ്ങൾക്കിടയിലുള്ള കസേരയിലിരുന്നു. ഞങ്ങൾ രണ്ടു പേരും ചിരിച്ചു പോയി.

മറ്റൊന്നു കൂടി.

ഒരു ദിവസം അദ്ദേഹം ഫോണിൽ എന്നോടു ചോദി ക്കുന്നു: "പ്രിയദാസിന്റെ കല്യാണത്തിനു പോകാൻ ഉദ്ദേശി ക്കുന്നുണ്ടോ?" 'ഉദ്ദേശിക്കുന്നുണ്ടോ?' എന്ന പ്രയോഗത്തിൽ പഴയ ഒരു തമാശയുണ്ട്. എറണാകുളത്തുള്ള ഒരു കച്ചവട ത്തെരുവിൽക്കൂടി ഒരുമിച്ചു നടക്കുമ്പോൾ, ചെറിയൊരു കട യുടെ മുമ്പിൽ ചെറിയൊരു പരസ്യം എഴുതിവച്ചിരിക്കുന്നത്

ഞങ്ങൾ കണ്ടു. "വിൽക്കപ്പെടുന്ന സാമാനങ്ങൾ വാങ്ങിക്കപ്പെടുന്നതാണ്." അപ്പോൾ പണിക്കർ പറഞ്ഞു: "വിൽക്കപ്പെടുന്ന സാമാനങ്ങൾ വാങ്ങിക്കപ്പെടാൻ ആലോചിക്കപ്പെടുന്നതാണ്, എന്നെഴുതിയാലേ ശരിയാകൂ."

അത്രയും പറഞ്ഞു കഴിഞ്ഞപ്പോൾ, ഒരു പൊതുയോഗത്തെക്കുറിച്ച് 'നാട്ടുകാരെ' അറിയിക്കാൻ ഉച്ചഭാഷിണിയിലൂടെ പ്രഖ്യാപിക്കുന്നതും കേൾക്കാനിടയായി. പ്രസിദ്ധനായ ഒരു നേതാവ് സമ്മേളനത്തിൽ 'ഉൽഘാടനം ചെയ്യപ്പെടുന്നതാണ്' എന്നാണ് പ്രഖ്യാപനം. 'ഇപ്പോൾ കാര്യം പിടികിട്ടിയില്ലേ?' എന്നു പറഞ്ഞുകൊണ്ട് അയ്യപ്പപ്പണിക്കർ ആ രംഗത്തിനു സമാപനം കുറിച്ചു.

ഓർമ്മയുടെ ആ പശ്ചാത്തലമാണ്, കല്യാണത്തിനു പോകാൻ 'ഉദ്ദേശിക്കപ്പെടുന്നുണ്ടോ' എന്ന ചോദ്യത്തിനു പിന്നിലുള്ളത്.

അതേ ശൈലിയിൽ തന്നെ ഞാൻ ഉത്തരം നൽകി. അതനുസരിച്ച് അതിരാവിലെ ഞങ്ങളൊരുമിച്ച് ബസ്സിൽ പുറപ്പെട്ടു. പ്രിയദാസിനും വധുവായ ജെസിക്കും ഭാവുകങ്ങൾ നേർന്ന്, ഭക്ഷണം കഴിച്ച്, ഞങ്ങൾ എറണാകുളത്തേക്കു ഞങ്ങൾ മടങ്ങി. അതിനിടയിൽ പല കാര്യങ്ങളും പറയാതിരിക്കയില്ലല്ലോ. പറഞ്ഞ കാര്യങ്ങളിലൊന്ന്, പ്രിയദാസിന്റെ പത്രാധിപത്യത്തിൽ നടക്കുന്ന 'സംക്രമണം' മാസികയെക്കുറിച്ചായിരുന്നു.

സാഹിത്യരംഗത്ത് ഭാവുകത്വത്തിൽ സംഭവിക്കുന്ന മാറ്റവുമായി വായനക്കാരെ ഇണക്കുന്നതിന് 'സംക്രമണം' നൽകുന്ന രചനാത്മക സംഭാവനകൾക്ക് അഭിനന്ദനം മാത്രമല്ല, സഹായവും നൽകേണ്ടതാണെന്ന് അദ്ദേഹം ഗൗരവപൂർവ്വം പറഞ്ഞു. പൊങ്ങച്ചം തീണ്ടാതെ പത്രാധിപധർമ്മം ദീക്ഷിക്കുന്നു; ഭാവുകത്വസംക്രമണം സുഗമമാക്കുന്ന രീതി അവലംബിക്കുന്നു – ഇതു രണ്ടുമാണ് അദ്ദേഹം എടുത്തുപറഞ്ഞ ഗുണങ്ങൾ. അതിനാവശ്യമായ സഹായങ്ങൾ ചെയ്യാൻ നമുക്കെല്ലാവർക്കും ബാദ്ധ്യതയുണ്ടെന്ന് അദ്ദേഹം എന്നെ ഓർമ്മിപ്പിച്ചു.

സ്വന്തം ബാദ്ധ്യത അദ്ദേഹം നിറവേറ്റിക്കൊണ്ടിരുന്നു. അതിന്റെ ഫലമായി മാസികയ്ക്ക് തനതുസ്വഭാവം കൈവരിക്കാനും തനതു സംഭാവനകൾ നമ്മുടെ സംസ്ക്കാരത്തിനു നൽകാനും സാധിച്ചു.

അയ്യപ്പപ്പണിക്കരും പ്രിയദാസും തമ്മിലുള്ള ബന്ധത്തിൽ വ്യക്തിനിഷ്ഠവും ആദർശനിഷ്ഠവുമായ വശങ്ങൾ പ്രബലമായിരുന്നു. ഇതു രണ്ടും ചേർന്ന ബന്ധമാണ് അദ്ദേഹം പൊതുവിൽ മറ്റുള്ളവരുമായും പുലർത്തിപ്പോന്നത്. നാടകം,

സാഹിത്യം, സംഗീതം, ചിത്രകല മുതലായ വിഷയങ്ങൾ സുഹൃദ്സംഭാഷണങ്ങളിൽ എപ്പോഴും സ്ഥാനം പിടിച്ചിരുന്നു. അതോടൊപ്പം രാഷ്ട്രീയ ദാർശനികമേഖലകളിലും സംഭാഷണം വ്യാപിക്കാതിരുന്നില്ല. വ്യക്തിസ്വാതന്ത്ര്യവും സദാചാരവുമില്ലെങ്കിൽ രാഷ്ട്രീയ പ്രവർത്തനം ദുഷിച്ചുപോകുമെന്ന കാര്യത്തിൽ ഞങ്ങൾക്കാർക്കും സംശയമുണ്ടായിരുന്നില്ല. അതുപോലെ, അധികാര(ദുർ)മോഹം ഏതു നേതാവിനെയും ദുഷിപ്പിക്കുമെന്നതിലും ഞങ്ങൾ പൊതുവായി യോജിച്ചിരുന്നു. നിക്ഷിപ്ത താത്പര്യ പരിരക്ഷണത്തിനുവേണ്ടി രാഷ്ട്രീയത്തിൽ 'കളിക്കുന്ന' സാഹിത്യകാരന്മാരെക്കുറിച്ച് അദ്ദേഹം പരിഹാസത്തോടു കൂടിയേ പരാമർശിച്ചിരുന്നുള്ളൂ.

അയ്യപ്പപ്പണിക്കരുടെ കവിതകൾ സമകാലിക പ്രശ്നങ്ങൾ സ്പർശിക്കുന്നില്ലെന്നും അതൊരു മേന്മയാണെന്നും വിമർശകന്മാരിൽ ചിലർ അഭിപ്രായപ്പെടുന്നു. ആ നിരീക്ഷണത്തിന് വാസ്തവവുമായി ബന്ധമില്ല. സമകാലിക പ്രമേയങ്ങൾ പലതും (രാഷ്ട്രീയ പ്രമേയങ്ങളും അതിലുൾപ്പെടുന്നു) അദ്ദേഹം കവിതകളിലാവിഷ്കരിച്ചിട്ടുണ്ട്. സനാതനമായ കാവ്യലാവണ്യം മൂലം എക്കാലത്തും ആസ്വാദ്യമാകുന്ന രീതിയിലാണ് ആ ആവിഷ്കരണം. അടിയന്തരാവസ്ഥയെക്കുറിച്ച് അദ്ദേഹം രചിച്ചിട്ടുള്ള കവിതകൾ നോക്കൂ. ആ ഇരുണ്ട കാലഘട്ടം ഓർമ്മയിലില്ലാതാകുമ്പോഴും അയ്യപ്പപ്പണിക്കരുടെ കവിതകൾ വശ്യതയോടെ നിലനിൽക്കുകതന്നെ ചെയ്യും. ആ രീതിയിലാണ് ആ പ്രമേയം കാവ്യശോഭയിലലിഞ്ഞിരിക്കുന്നത്. വൈലോപ്പിള്ളിയുടെ 'അടിയന്തരാവസ്ഥക്കവിതകൾ'ക്കു പോലും ആ സൗഭാഗ്യം സിദ്ധിക്കയില്ലെന്നു തോന്നുന്നു.

ഭൂമിക്കു ഭീഷണിയായ അന്തരീക്ഷ മലിനീകരണം ആസ്പദമാക്കി അയ്യപ്പപ്പണിക്കർ രചിച്ച കവിതകളെപ്പറ്റിയും ഇതുതന്നെ പറയാം.

എന്നാൽ, മൃത്യു, പാപം, സ്നേഹം, കുറ്റവും ശിക്ഷയും മുതലായ ദാർശനിക സമസ്യകൾ, അയ്യപ്പപ്പണിക്കരുടെ അറിവോ സമ്മതമോ കൂടാതെതന്നെ, ആ കവിതകളിൽ സ്ഥിരമായി സ്പന്ദിക്കുന്നു. അദ്ദേഹത്തിന്റെ രചനാവ്യക്തിത്വത്തിലെ ബലിഷ്ഠമായ അംശമാണ് ആ സമസ്യകളുമായുള്ള സല്ലാപം.

സുഹൃത്തുക്കളിൽ പലരും ആ സമസ്യകളെക്കുറിച്ച് അദ്ദേഹവുമായി നടത്തിയ സംവാദങ്ങളിൽനിന്ന് പ്രചോദനമാർജ്ജിച്ചിട്ടുണ്ടെന്ന വസ്തുതയും പറയാതിരിക്കുക സാദ്ധ്യമല്ല. (ആ സുഹൃത്തുക്കൾക്കിടയിൽ ഈ ഞാനും ഉൾപ്പെടുന്നു.) "1132ൽ ക്രൈം 28" എന്ന നാടകത്തിന്റെ ഒരു പ്രതി അയ്യപ്പപ്പണിക്കർക്ക്

സി.ജെ. തോമസ് നൽകിയിട്ടുണ്ട്. അതിൽ സി.ജെ. എഴുതിയിരിക്കുന്നത്, 'To the inspirer' എന്നാണ്. പണിക്കരുമായി നടത്തുന്ന ഏതു സംവാദവും നിങ്ങളിലെ ആലോചനാശക്തിയുണർത്തുന്നു.

ലോകസാഹിത്യത്തിലെ അനേകം സർഗ്ഗാത്മക കൃതികളാസ്വദിച്ചതിൽ നിന്നുളവായതാണ് അദ്ദേഹത്തിന്റെ സാഹിത്യബോധം. അതിന് ആഴമുണ്ട്. പാശ്ചാത്യവും പൗരസ്ത്യവുമായ സാഹിത്യസിദ്ധാന്തങ്ങൾ അദ്ദേഹത്തിനു പരിചിതമാണ്. സ്വന്തം സാഹിത്യബോധത്തിന്റെ ബലത്തിൽ ആ സിദ്ധാന്തങ്ങളെ ത്യാജ്യഗ്രാഹ്യ വിവേചനബുദ്ധിയോടുകൂടി ഉപയോഗിക്കാൻ അദ്ദേഹത്തിനു സാധിക്കുന്നു. അതിനാൽ, നമ്മുടെ വിമർശന ലോകത്തിൽ ഒരു വ്യാധിപോലെ പടർന്നിരിക്കുന്ന പാണ്ഡിത്യപ്രകടന വ്യഗ്രത അദ്ദേഹത്തെ തീണ്ടുന്നില്ല. ദഹിച്ചലിഞ്ഞ് ചിന്തയുടെ ഭാഗമായിത്തീർന്ന ആശയങ്ങൾ മാത്രമേ അദ്ദേഹം ആവിഷ്കരിക്കാറുള്ളൂ.

അതുല്യമായ വ്യക്തിത്വത്തിന്റെ ദാർഢ്യത്തോടുകൂടി രചനയുടെ ലോകത്തു നിവർന്നുനിൽക്കാൻ അയ്യപ്പപ്പണിക്കരെ പ്രാപ്തനാക്കിയത് ഇതുപോലുള്ള സവിശേഷതകളാണ്. എല്ലാറ്റിനുമുപരിയായി വേദനയൂറി നിൽക്കുന്ന ആത്മാർത്ഥതയുടെ തീക്ഷ്ണവർണ്ണം അദ്ദേഹത്തിന്റെ രചനാലോകത്തിൽ മുദ്രിതമായിരിക്കയും ചെയ്യുന്നു.

വരുംകാലങ്ങളിൽ നവീനസ്വപ്നങ്ങൾ താലോലിക്കുന്ന ഇളംതലമുറകൾ ഒരു കാലഘട്ടത്തിന്റെ വന്ധ്യതയെ നിഷേധിച്ചുകൊണ്ട്, ഇരുട്ടു കീറുന്ന വജ്രസൂചി പോലെ തിളങ്ങുന്ന ആ വ്യക്തിപ്രാഭവത്തെ നവംനവങ്ങളായ ആസ്വാദനപഠനങ്ങളാൽ ആദരിച്ചുകൊണ്ടിരിക്കുമെന്നാണ് എന്റെ വിശ്വാസം.

■

അയ്യപ്പപ്പണിക്കരും
അയ്യപ്പപ്പണിക്കരും

ഒന്ന്

തിരുവനന്തപുരത്ത് ഗവൺമെന്റ് സെക്രട്ടേറിയറ്റ് കെട്ടിടങ്ങളിലൊന്നിലെ ലിഫ്റ്റിൽ അപ്രതീക്ഷിതമായാണ് അന്നൊരു ദിവസം (1988) ഞങ്ങൾ കണ്ടുമുട്ടിയത്; അയ്യപ്പപ്പണിക്കരും ഞാനും.

എങ്ങോട്ടു പോകുന്നു? എന്ന എന്റെ ചോദ്യത്തിന് ഉദാസീന ഭാവത്തിൽ അദ്ദേഹം മറുപടി പറഞ്ഞു: *വിദ്യാഭ്യാസ സെക്രട്ടറി കാണണമെന്നാവശ്യപ്പെട്ടിരിക്കുന്നു!*

പലരുടെയും ഇടയിൽ വച്ചായതുകൊണ്ട് ഞങ്ങൾ കുശലപ്രശ്നങ്ങളൊന്നും നടത്തിയില്ല.

സെക്രട്ടറിയെ കണ്ടതിനുശേഷം അദ്ദേഹം മടങ്ങുമ്പോൾ, വീണ്ടും അതേ ലിഫ്റ്റിൽ ഞാനും ചെന്നുപെട്ടു. അതും യാദൃച്ഛികം. ഉപചാരപരമായി രണ്ടു വാക്കു പറഞ്ഞതിനുശേഷം ഞങ്ങൾ പിരിഞ്ഞു. രണ്ടുപേരും തിരക്കിലായിരുന്നു.

വിദ്യാഭ്യാസ സെക്രട്ടറി വിളിച്ചതനുസരിച്ചാണ് അയ്യപ്പപ്പണിക്കർ പോകുന്നതെന്ന് എനിക്കറിയാമായിരുന്നു. എന്തിനാണ് വിളിച്ചതെന്നും ഞാൻ അറിഞ്ഞിരുന്നു. (അന്ന് ഞാൻ കേരള നിയമസഭയിൽ അംഗമാണ്.) പക്ഷേ, എനിക്കതറിയാമെന്ന് അദ്ദേഹം അറിഞ്ഞിരുന്നില്ല.

ആ സന്ദർശനത്തെക്കുറിച്ച് അദ്ദേഹത്തോട് ഞാൻ ഒന്നുംതന്നെ ചോദിച്ചില്ല. ഇങ്ങോട്ടു പറയുകയാണെങ്കിൽ കാര്യമറിയണമെന്ന് എനിക്കു കൗതുകമുണ്ടായിരുന്നു. അദ്ദേഹം ഒന്നും പറഞ്ഞില്ല.

പിന്നീട് അനേകം പ്രാവശ്യം ഞങ്ങൾ കളിയും കാര്യവും പറഞ്ഞ് ഒരുമിച്ചു കൂടുകയുണ്ടായി. ഞങ്ങളുടെ സംഭാഷണങ്ങളിൽ ഒരിക്കലും അക്കാര്യം കടന്നുവന്നില്ല. അദ്ദേഹം സെക്രട്ടറിയെ കണ്ടതിന്റെ ഫലമെന്തെന്ന് വകുപ്പുമന്ത്രിയിൽനിന്ന് ഞാൻ അറിഞ്ഞു കഴിഞ്ഞിരുന്നു. (അന്ന് കെ. ചന്ദ്രശേഖരനാണ് വിദ്യാഭ്യാസമന്ത്രി).

ഒരു യൂണിവേഴ്സിറ്റിയുടെ വൈസ് ചാൻസലർ പദവി നൽകി *ആദരിക്കാ*നാണ് സെക്രട്ടറി അദ്ദേഹത്തെ വിളിച്ചത്. വിദ്യാഭ്യാസമന്ത്രി തന്നെ അക്കാര്യം അദ്ദേഹത്തോടു നേരിട്ടു പറയുകയും ചെയ്തു.

അയ്യപ്പപ്പണിക്കരുടെ മറുപടി മന്ത്രിയെ അദ്ഭുതപ്പെടുത്തി. തന്നെ ആ ആദരവിൽനിന്ന് ഒഴിവാക്കണമെന്ന അഭ്യർത്ഥനയായിരുന്നു മറുപടി! മന്ത്രി ആവർത്തിച്ചു പറഞ്ഞെങ്കിലും പണിക്കരുടെ മറുപടിയിൽ മാറ്റമുണ്ടായില്ല.

പിന്നീടൊരിക്കൽ കെ. ചന്ദ്രശേഖരൻ എന്നോടു പറഞ്ഞു:

ആ അയ്യപ്പപ്പണിക്കരുടെ പാദത്തിൽ നമസ്കരിക്കേണ്ടതാണ്. എത്രയോ പേർ എത്രയധികം ശുപാർശകളുമായാണ് വൈസ് ചാൻസലർ സ്ഥാനം കിട്ടുന്നതിനുവേണ്ടി വന്നുകൊണ്ടിരിക്കുന്നത്! ആ പരിശ്രമങ്ങൾ നിങ്ങളും കണ്ടിട്ടുണ്ടല്ലോ. അതിനിടയിൽ ഇങ്ങനെയൊരു മനുഷ്യൻ! അദ്ധ്യാപകവൃത്തിയിലൊതുങ്ങിക്കഴിയുന്നതാണ് സുഖമെന്നു വിനയത്തോടെ പറയുന്ന ഒരു മനുഷ്യൻ! ആ മനുഷ്യന്റെ പാദത്തിൽ നമസ്കരിക്കേണ്ടതല്ലേ?

അക്കാലത്ത് അയ്യപ്പപ്പണിക്കരും പി.കെ. ബാലകൃഷ്ണനും ഞാനും ആഴ്ചയിലൊരിക്കലെങ്കിലും ഒരുമിച്ചു കൂടുമായിരുന്നു. ഞങ്ങൾ പല കാര്യങ്ങളെക്കുറിച്ചും വർത്തമാനം പറഞ്ഞുകൊണ്ടിരിക്കും. അത് രസകരമായ അനുഭവമായിരുന്നു. സ്വകാര്യവിശേഷങ്ങളും ചിലപ്പോൾ അതിൽ കടന്നുവരാതിരുന്നില്ല. അതിനിടയിലൊരിക്കൽ പോലും മന്ത്രിയെ കാണാൻ പോയ അനുഭവത്തെപ്പറ്റി അദ്ദേഹം പറഞ്ഞില്ല.

അവരവരെക്കുറിച്ച് സംസാരിക്കുന്നതിൽ അമിതമായ ഉത്സാഹം കാണിക്കുന്ന നമ്മുടെ സാഹിത്യ(സാംസ്കാരിക) നായകന്മാരുടെ കഥ ഒന്നോർത്തു നോക്കൂ. പദവികൾക്കും അവാർഡുകൾക്കും ബഹുമതികൾക്കും വേണ്ടി അവർ നടത്തുന്ന *ഘോരമായ* പരിശ്രമങ്ങളെക്കുറിച്ച് ആർക്കാണറിഞ്ഞുകൂടാത്തത്? പരിശ്രമങ്ങളിൽ വിജയിക്കുമ്പോൾ അഭിമാനോദ്ധതരായി നമ്മുടെ മുമ്പിൽ പ്രത്യക്ഷപ്പെടുന്നു. വിജയിച്ചില്ലെങ്കിലോ? അതിനു കാരണക്കാരെന്നു സംശയിക്കുന്നവർക്കെതിരെ പൂരപ്പാട്ടുതന്നെ നടത്തിക്കളയും! (മാധ്യമങ്ങൾക്ക് അതു നല്ല കാലം!) അങ്ങനെ ചെയ്യുന്നതു ധീരതയാണെന്നാണ് സങ്കല്പം. പാവം ജനം! ഇതൊക്കെയും കാണുന്നു, രസിക്കുന്നു, സഹിക്കുന്നു.

ഒരു പദവി ഏതെങ്കിലും കാരണവശാൽ ഉപേക്ഷിച്ചാൽ, സ്വന്തം ത്യാഗബുദ്ധിയെക്കുറിച്ച് നാലഞ്ചു പ്രസ്താവനകളെങ്കിലും അവർ ഇറക്കാതിരിക്കയില്ല! ഈ പൊതുസ്വഭാവത്തിനു ഒരു അപവാദമാണ് കെ. അയ്യപ്പപ്പണിക്കർ. ഒതുങ്ങിക്കഴിയുന്നതായിരുന്നു അദ്ദേഹത്തിനിഷ്ടം. പൊതുജീവിതവുമായി സജീവബന്ധം നിരന്തരം പുലർത്തിക്കൊണ്ടാണ് ഇപ്രകാരം ഒതുങ്ങിയതെന്ന് അധികമാരും മനസ്സിലാക്കിയിട്ടില്ല. സാഹിത്യരചനാകർമ്മത്തിൽനിന്ന് അദ്ദേഹം ഒരിക്കലും പിന്മാറിയില്ല. സംസ്ക്കാരപരിപോഷണ പരിശ്രമങ്ങളും എപ്പോഴും തുടർന്നുകൊണ്ടിരുന്നു; പല വഴികളിലൂടെ.

നാടക പ്രസ്ഥാനത്തിനു നവീകരണവും വികാസവും നൽകാനുള്ള മൂല്യവത്തായ പരിശ്രമങ്ങളിൽ അദ്ദേഹത്തിന്റെ സഹായവും സഹകരണവും എപ്പോഴുമുണ്ടായിരുന്നു. സി.ജെ. തോമസ്സുമായി, ജി. ശങ്കരപ്പിള്ളയുമായി, കാവാലം നാരായണപ്പണിക്കരുമായി, നരേന്ദ്രപ്രസാദുമായി... അങ്ങനെ അനേകം പേരുമായി അദ്ദേഹം സജീവ ബന്ധം പുലർത്തിയിരുന്നു. ആ ബന്ധം സജീവമായിരുന്നപ്പോഴും അദ്ദേഹം മുൻനിരയിൽ നിന്നില്ല. ഒതുങ്ങിനിൽക്കുന്നതിലാണ് സുഖം കണ്ടത്.

തിക്കുറിശ്ശി, പി.കെ. വിക്രമൻനായർ, പി.കെ. വേണുക്കുട്ടൻനായർ, മധു, ഭരത്ഗോപി, നെടുമുടി വേണു മുതലായ അഭിനയപ്രതിഭകൾ അദ്ദേഹത്തിന്റെ സുഹൃദ്വലയത്തിലുണ്ടായിരുന്നു. (എനിക്കു നേരിട്ടറിയാവുന്ന കാര്യമാണത്). ഞാനറിയാത്ത എത്രയോ ബന്ധങ്ങൾ വേറെയും കാണാം.

കഥകളി, ഓട്ടൻതുള്ളൽ, പാഠകം, കൂടിയാട്ടം, കൂത്ത് മുതലായ, കേരളത്തിന്റെ തനതു കലാരൂപങ്ങൾ ആസ്വദിക്കുന്നതോടൊപ്പം അവയിലെ കലാകാരന്മാരുമായി അദ്ദേഹം സൗഹൃദം സ്ഥാപിക്കുകയും ചെയ്തിരുന്നു.

നാടകത്തിലെ പരീക്ഷണങ്ങളിൽ സഹകരിക്കുകയും അവ പ്രോത്സാഹിപ്പിക്കാനുള്ള പരിശ്രമങ്ങൾ നിരന്തരം തുടർന്നുകൊണ്ടിരിക്കുകയും ചെയ്തു. നാടകക്കളരികളിൽ പങ്കെടുക്കേണ്ടത് തന്റെ കടമയാണെന്ന് അദ്ദേഹം വിശ്വസിച്ചിരുന്നു. നാടകത്തിന്റെ ഏതെങ്കിലുമൊരു വശത്തെക്കുറിച്ച് അവയിൽ ക്ലാസെടുക്കുകയും ചെയ്തുപോന്നു. ജപ്പാനിലെ *നോ* നാടകത്തെക്കുറിച്ചെഴുതിയ ലേഖനം അപ്രകാരം ഒരു നാടകക്കളരിയിലവതരിപ്പിച്ച ആശയമാണ്. അവതരണത്തിന്റെ പിന്നിലെ തത്ത്വശാസ്ത്രം അദ്ദേഹത്തിനു താത്പര്യമുള്ള വിഷയമാണ്.

കവിതയുടെ കൂമ്പടഞ്ഞു, നാമ്പടഞ്ഞു എന്നും മറ്റുമുള്ള മുദ്രാവാക്യങ്ങൾ സംസ്ക്കാരത്തിന്റെ തെരുവുകളിൽ മുഴങ്ങിക്കൊണ്ടിരുന്നപ്പോൾ, *കവിയരങ്ങുകൾ* സംഘടിപ്പിക്കുന്നതിലും അവയിൽ പങ്കെടുക്കുന്നതിലും അയ്യപ്പപ്പണിക്കർ കാണിച്ച ഉത്സാഹത്തിന് അതിരില്ല. *ചൊൽക്കാഴ്ച*യായി കവിയരങ്ങിനെ വികസിപ്പിച്ച് ഇളംതലമുറയുടെ കവിതാസംസ്ക്കാരം പ്രവൃദ്ധമാക്കുന്നതിൽ അദ്ദേഹം മുഖ്യമായ പങ്കു വഹിച്ചു. ആ യജ്ഞത്തിൽ ഇളംതലമുറയിലെ കവികളെ പങ്കെടുപ്പിച്ചു. അവരവരുടെ വഴികളിൽക്കൂടി നീങ്ങാൻ അവർക്കു പ്രചോദനം നൽകുകയും ചെയ്തു. ഇളംതലമുറ എക്കാലത്തും അദ്ദേഹത്തിന്റെ പ്രതീക്ഷയായിരുന്നു.

എം. ഗോവിന്ദന്റെ കാർമ്മികത്വത്തിൽ നടന്ന *നവസാഹിതി, ഗോപുരം, സമീക്ഷ* മുതലായ കൊച്ചു മാസികകൾക്ക് അയ്യപ്പപ്പണിക്കരുടെ

പങ്കാളിത്തം ഒട്ടൊന്നുമല്ല ലഭിച്ചത്. സ്വന്തം കവിതകളോടൊപ്പം കവിതാ പരിഭാഷകളും ലേഖന പരിഭാഷകളും നൽകി അവയുടെ താളുകൾ നിലവാരമുള്ളതാക്കി അദ്ദേഹം മാറ്റി.

സ്വന്തം ചുമതലയിൽ അദ്ദേഹം *കേരളകവിത* പ്രസിദ്ധീകരിക്കുകയും അതു മുടക്കം കൂടാതെ നടത്തിക്കൊണ്ടിരിക്കുകയും ചെയ്തു. അതു തുടങ്ങിയ കാലത്ത് അദ്ദേഹമനുഭവിച്ച ബുദ്ധിമുട്ടുകൾ നേരിട്ടു കണ്ടയാളാണ് ഞാൻ. തന്റെ സങ്കല്പത്തെക്കുറിച്ച് അദ്ദേഹം അന്നു പറഞ്ഞ സംഗതികൾ എന്റെ ഓർമ്മയിലുണ്ട്. കേരളത്തിന്റെ പരിമിതി മൂലം ആ സങ്കല്പത്തിനൊത്ത് മാസിക മികവുറ്റതാക്കാൻ അദ്ദേഹത്തിനു സാധിക്കാതെ പോയി.

ഇരുപത്തൊന്നാം വയസ്സു മുതൽ കോളേജദ്ധ്യാപകനെന്ന ചുമതല കാര്യക്ഷമതയോടെ തുടരുന്നതിനിടയിലാണ് അദ്ദേഹം ഇത്രയേറെ കാര്യങ്ങളിലേർപ്പെട്ടത്. അതോർമ്മിക്കുമ്പോഴാണ് ആ ജീവിതം എത്രയധികം കർമ്മബഹുലമായിരുന്നു എന്നു ബോദ്ധ്യമാവുക. എങ്കിലും അദ്ദേഹം എപ്പോഴും ഒതുങ്ങിക്കഴിഞ്ഞു. *അഭിമുഖ*ത്തിൽനിന്ന് ആവുന്നിടത്തോളം ഒഴിഞ്ഞുമാറി. സ്വന്തം കവിതകളെക്കുറിച്ച് മൗനം പാലിച്ചു; സ്വന്തം ലേഖനങ്ങളെക്കുറിച്ചും.

ഒരു ജീവി പോലും അയ്യപ്പപ്പണിക്കരിൽനിന്ന് ആത്മപ്രശംസയുടെ സ്വരം കേട്ടിട്ടില്ല. അദ്ദേഹം വീരവാദങ്ങൾ മുഴക്കിയിട്ടില്ല. പത്രപ്രസ്താവനകളിറക്കിയിട്ടില്ല. വിവാദങ്ങളിലേർപ്പെട്ടിട്ടില്ല. ആരെയും ഒന്നിനെയും ചീത്ത വിളിച്ചിട്ടില്ല. എങ്കിലും, അദ്ദേഹത്തെ ആക്രമിക്കാൻ ക്രൗര്യം കാട്ടിയവർ കുറവല്ല. താനാണ് ലോകത്തിലേറ്റവും വലിയ ചെറുകഥാകൃത്തെന്ന് വീമ്പിളക്കുന്ന ഒരാൾ സ്വതഃസിദ്ധമായ ദുഷ്ടതയോടെ അദ്ദേഹത്തെ നിന്ദിച്ച സംഭവം ഓർക്കുന്നു. അദ്ദേഹം അതു കേട്ടതായി ഭാവിച്ചില്ല. മറ്റു ചില സാഹിത്യകാരന്മാർ പലതരം ആരോപണങ്ങൾ അദ്ദേഹത്തിന്റെ നേർക്കു തൊടുത്തുവിട്ടു. ഒരു സാഹിത്യസംഘത്തിന്റെ ചുമതലയിൽ അദ്ദേഹത്തിന്റെ കവിതയ്ക്കെതിരെ പുസ്തകം തന്നെ പ്രസിദ്ധം ചെയ്തു. ജനപ്രിയകവികൾ അദ്ദേഹത്തിന്റെ നേർക്ക് *പുച്ഛം* നടിച്ചു. (ആ കവിതയുടെ കരുത്ത് അക്കൂട്ടരുടെ ആത്മവിശ്വാസം തകർത്തുകൊണ്ടിരുന്നു) ഇത്തരം കോലാഹലങ്ങൾക്കു മദ്ധ്യത്തിൽ അയ്യപ്പപ്പണിക്കർ ശാന്തചിത്തനായി മൗനമവലംബിക്കുകയും തന്റെ ധ്യാനവൃത്തി തുടരുകയും ചെയ്തു. ശ്രേഷ്ഠമായ ആ ധ്യാനവൃത്തിയാണ് സ്വകാര്യജീവിതദുഃഖങ്ങളുടെ മേൽ പോലും ആധിപത്യം ചെലുത്തുന്ന ഫലിതബോധത്തിന്റെ അന്യാദൃശമായ ബലം അദ്ദേഹത്തിനു പ്രദാനം ചെയ്തത്. അയ്യപ്പപ്പണിക്കർക്കു ശത്രുക്കളുണ്ടായിരുന്നു. പക്ഷേ, അയ്യപ്പപ്പണിക്കർ ആരുടെയും ശത്രുവായിരുന്നില്ല. അതുകൊണ്ടാണ് *ശത്രുഭയം* രചിക്കാനുള്ള സമചിത്തതയും ഉൾക്കാഴ്ചയും അദ്ദേഹത്തെ അനുഗ്രഹിച്ചത്. ഭയത്തിന്റെ കഥ രസകരമാണ്.

അയ്യപ്പപ്പണിക്കർ എന്നൊരു
ശത്രു എനിക്കുണ്ടായിരുന്നു
അയാൾ ചിലപ്പോൾ എന്നെ കണ്ണുമിഴിച്ചു
ഭയപ്പെടുത്താൻ ശ്രമിച്ചിരുന്നു
ഞാനും അതുപോലെ തിരിച്ചു നോക്കിയതുകൊണ്ട്
അയാൾ ഭയപ്പെട്ടുപോയിരിക്കും
ഇനി എന്നെങ്കിലും അയാൾ വരാതിരിക്കില്ല
അയാൾ പോയതോടെ ഭയപ്പെടുത്താൻ ആളില്ലാതെ
ഞാൻ വിഷമിക്കുന്നു
എന്നെ ഭയപ്പെടുത്താത്തവനെ
ഞാനെന്തിനു ഭയപ്പെടുത്തണം?

ആക്രമണങ്ങളെ അദ്ദേഹം ഫലിതമായെടുത്തു. എന്താണു ചെയ്യുന്നതെന്ന് സ്വയമറിയാത്തവരുടെ ചാപല്യം നോക്കി ചിരിക്കാതെന്തു ചെയ്യും? ■

രണ്ട്

ഒരത്യാവശ്യ കാര്യം പ്രമാണിച്ച് തിരുവനന്തപുരത്തു ചെന്നതായിരുന്നു ഞാൻ. കുറച്ചു സമയം ഒഴിവു കിട്ടിയപ്പോൾ നേരെ അയ്യപ്പപ്പണിക്കരുടെ വീട്ടിൽ ചെന്നു. ഞങ്ങൾക്കിടയിൽ ഉപചാരങ്ങളൊന്നുമില്ല. ചെറിയ തമാശകളെന്തെങ്കിലും പറയുകയാണു പതിവ്. അതിനിടയിൽ ആശയ ചർച്ചയുണ്ടാകാതിരിക്കയില്ല. പക്ഷേ, അന്ന് ചർച്ചയാരംഭിക്കുന്നതിനു മുമ്പ് അവിടെ ഒരു അമ്മയും അവരുടെ കൊച്ചുമകളും വന്നുചേർന്നു. അയ്യപ്പപ്പണിക്കരുടെ ശിഷ്യയാണ് അമ്മ. കൊച്ചുമകൾക്ക് പത്തുപതിനൊന്നു വയസ്സ് വരും. അമ്മയുടെ പ്രിയപ്പെട്ട ഗുരുവിനെ മകൾക്കു കാണണം; അതിനാണ് അവർ വന്നിരിക്കുന്നത്. വന്നു കയറിയപ്പോൾ തന്നെ അമ്മ പറഞ്ഞു:

മോളേ, ഇതാണ് അയ്യപ്പപ്പണിക്കർ സാർ.

പെട്ടെന്ന് അയ്യപ്പപ്പണിക്കർ തിരുത്തി.

അല്ലല്ല, ഇപ്പോൾ വയ്യപ്പപ്പണിക്കരാണ്.

അസുഖമാണ്, ചികിത്സിച്ചുകൊണ്ടിരിക്കുന്നു എന്ന് അദ്ദേഹം ചിരിച്ചു കൊണ്ടു പറഞ്ഞു. വയ്യായ്കയുണ്ടെന്ന് അപ്പോഴാണ് ഞാൻ ശ്രദ്ധിച്ചത്. അസുഖമെന്തെന്ന് ഞാൻ ചോദിച്ചെങ്കിലും അദ്ദേഹം കാര്യമായ മറുപടി പറഞ്ഞില്ല. പതിവവനുസരിച്ച് ഫലിതങ്ങൾ പറഞ്ഞുകൊണ്ടിരിക്കുക മാത്രം ചെയ്തു. അദ്ദേഹത്തിന്റെ മകൾ മീനാകുമാരിയോട് കുശലങ്ങൾ പറഞ്ഞതിനുശേഷം ഞാൻ മടങ്ങി.

ഏതാനും ദിവസം കഴിഞ്ഞപ്പോഴാണ്, അയ്യപ്പപ്പണിക്കരുടെ അസുഖം ഗൗരവമുള്ളതാണെന്ന് ഞാൻ അറിഞ്ഞത്. അതു മാരകമാണെന്ന് ഒരു ഡോക്ടർ പറഞ്ഞു. അധികകാലം ജീവിതം തുടരുകയില്ലെന്നു കൂടി കേട്ടപ്പോൾ ഞാൻ തളർന്നു; അയ്യപ്പപ്പണിക്കർ അതു മനസ്സിലാക്കിയിരിക്കുമെന്ന കാര്യം ഉറപ്പാണ്. ഏത് അസുഖത്തെക്കുറിച്ചു കേട്ടാലും അതെക്കുറിച്ച് പരമാവധി അറിയാൻ തുനിയുക എന്നത് അദ്ദേഹത്തിന്റെ സ്വഭാവമാണ്. സി.ജെ. തോമസ്സിന് മസ്തിഷ്കത്തിൽ അർബ്ബുദമാണെന്നും അധികനാൾ ജീവിച്ചിരിക്കയില്ലെന്നും അദ്ദേഹം പണ്ട് പറഞ്ഞതിനെക്കുറിച്ച് ഞാൻ ഓർമ്മിച്ചു. ദിവസവും സി.ജെ.യെ

കണ്ടുകൊണ്ടിരുന്ന ഞാൻ അതറിഞ്ഞില്ല. എറണാകുളത്തെ ഡോക്ടർമാർക്കും അതത്ര നിശ്ചയമായിരുന്നില്ല. എന്നാൽ അയ്യപ്പപ്പണിക്കർ നേരത്തേതന്നെ അക്കാര്യം മനസ്സിലാക്കി. സി.ജെ.യുടെ രോഗലക്ഷണങ്ങൾ അടിസ്ഥാനമാക്കി അദ്ദേഹം ഡോക്ടർമാരോട് സംസാരിച്ചും എൻസൈക്ലോപീഡിയ നോക്കിയും രോഗമെന്തെന്ന് സ്വയം തിരിച്ചറിയുകയാണു ചെയ്തത്. അതു തെറ്റിയില്ലെന്ന് പിന്നീടു തെളിഞ്ഞു. ആ രീതിയനുസരിച്ച് അദ്ദേഹം സ്വന്തം രോഗവും മനസ്സിലാക്കിക്കഴിഞ്ഞിരിക്കുമെന്ന് ഞാൻ ഊഹിച്ചു. (എന്റെ ഊഹം ശരിയായിരുന്നെന്ന് പിന്നീട് തെളിഞ്ഞു.)

അതിനുശേഷം അദ്ദേഹത്തെ സന്ദർശിക്കുകയെന്നത് എനിക്കു ദുസ്സഹമായി. (എന്റെ സ്വഭാവത്തിലെ ദൗർബ്ബല്യമാണത്.) എങ്കിലും സംയമനശേഷി മുഴുവൻ സംഭരിച്ചുകൊണ്ട് ഞാൻ ഒരു പ്രാവശ്യംകൂടി അദ്ദേഹത്തെ കണ്ടു. എന്റെ മുഖം വിവശമായതു കണ്ടുകൊണ്ടായിരിക്കാം, അദ്ദേഹം ചെറിയൊരു ഫലിതമാണ് ആദ്യം പറഞ്ഞത്. *മന്ത്രിയുടെ ഭരണം എങ്ങനെ പോകുന്നു* എന്ന ചോദ്യമായിരുന്നു ആ ഫലിതം. അദ്ദേഹത്തിന്റെ ഇളയ മകൾ, മീനകുമാരി കളിയായി എന്നെ *മന്ത്രി* എന്നു വിളിച്ചുപോന്നു. അതുകൊണ്ടാണ് അങ്ങനെയൊരു ചോദ്യം ചോദിച്ചത്. അപ്പോഴും ഫലിതം. ആ സന്ദർഭം വിസ്തരിക്കാനാവശ്യമായ സമനില ഇപ്പോഴും എനിക്കു കിട്ടുന്നില്ല.

അയ്യപ്പപ്പണിക്കരുടെ രോഗാവസ്ഥ ദിവസേന മോശമായിക്കൊണ്ടിരുന്നു. മരണത്തിലേക്കു താൻ നീങ്ങുകയാണെന്ന് മറ്റാരേക്കാളുമധികം നിശ്ചിതമായറിഞ്ഞത് അദ്ദേഹത്തെ തന്നെയാണ്. രോഗം മൂർദ്ധന്യത്തിലായെന്നറിഞ്ഞ് ഒരു ദിവസം അദ്ദേഹത്തെ വീണ്ടും ആസ്പത്രിയിലാക്കി. തിരിച്ചുവരവില്ലെന്ന് ഡോക്ടർമാർക്ക് ഉറപ്പായിരുന്നു. അദ്ദേഹവും അങ്ങനെതന്നെ ഉറപ്പിച്ചു. (ഡോക്ടർമാരേക്കാൾ മുമ്പേ അദ്ദേഹമാണ് അതുറപ്പാക്കിയതെന്ന് ഒരു സുഹൃത്ത് പറഞ്ഞു.) എങ്കിലും ആസ്പത്രിയിൽ വച്ച് ആശ്വാസത്തിന്റെ ലക്ഷണം കണ്ടതിനെത്തുടർന്ന് അദ്ദേഹത്തെ സ്വന്തം ഭവനത്തിൽ തിരിച്ചുകൊണ്ടു വന്നു.

ഉത്കണ്ഠയോടെ രോഗവിവരം അന്വേഷിച്ചറിഞ്ഞുകൊണ്ടിരുന്ന സുഹൃത്തുക്കൾ അതറിഞ്ഞ് അദ്ദേഹത്തിന്റെയടുത്ത് ഓടിയെത്തി. അവരോട് അദ്ദേഹം പറഞ്ഞതിന്റെ സാരം ഇതാണ്:

'അവിടെ'യെത്തിയപ്പോൾ ഇരിക്കാനിടമില്ലാത്തതുകൊണ്ട് മടക്കി അയച്ചിരിക്കുകയാണ്. പി.കെ. പരമേശ്വരൻ നായർ, എം. കൃഷ്ണൻ നായർ, എസ്. ഗുപ്തൻനായർ തുടങ്ങിയവരെല്ലാം ഈയിടെ എത്തിയതല്ലേയുള്ളൂ? ഇടം മുഴുവൻ അവർക്കു കൊടുത്തു കഴിഞ്ഞു. (ഇതിലെ *അവിടെ* പരലോകമാണെന്ന് പറയേണ്ടതില്ലല്ലോ.)

അത്രയുംകൊണ്ട് അദ്ദേഹം അവസാനിപ്പിച്ചില്ല. തുടർന്ന് ഒരു ഫലിതം കൂടി പറഞ്ഞു:

ഇപ്പോൾ ചെന്നു കയറിയവരെല്ലാം നായന്മാരല്ലേ? സംവരണ തത്ത്വവും ഓർമ്മിക്കണമല്ലോ!

ഏറ്റവും അടുപ്പമുള്ള ഒരു സ്നേഹിതനാണ്, തൊട്ടടുത്ത ദിവസം തന്നെ, ഈ വിവരം എന്നെ അറിയിച്ചത്.

മരണത്തിന്റെ മുന്നിലിരുന്നുകൊണ്ട് ഇപ്രകാരം പറയാൻ അയ്യപ്പപ്പണിക്കർക്കല്ലാതെ മറ്റാർക്കാണു കഴിയുക? മരണം ഒരു ഫലിതമാണെന്നെഴുതിയ സി.ജെ. തോമസ്സിന്റെ അന്ത്യരംഗം ഞാൻ കണ്ടതാണ്. ഫലിതത്തിന് അവിടെ സ്ഥാനമുണ്ടായിരുന്നില്ല. പരമമായ ശാന്തിയാണു മരണമെന്ന് ആവർത്തിക്കാറുണ്ടായിരുന്ന സി.എൻ. ശ്രീകണ്ഠൻനായരുടെ അന്ത്യരംഗവും അട്ടത്തിരുന്ന് ഞാൻ കണ്ടു. ആ രംഗം ശാന്തമായിരുന്നില്ല. അവരുടേതിൽനിന്നെല്ലാം വ്യത്യസ്തമായ രീതിയിലാണ് അയ്യപ്പപ്പണിക്കർ മരണത്തെ അഭിമുഖീകരിച്ചത്. അക്കാര്യത്തിൽ അദ്ദേഹത്തിന് വിധിയുടെ സഹകരണം കൂടിയുണ്ടായിരുന്നുവെന്ന് ഞാൻ പറഞ്ഞാൽ എത്രപേർ അതിനോടു യോജിക്കും?

മരണത്തെ മുന്നിൽ കാണുന്ന ആ മുഹൂർത്തത്തിൽ *മൃത്യുപൂജ*യെക്കുറിച്ച് അയ്യപ്പപ്പണിക്കർ ഓർമ്മിച്ചിരിക്കുമോ?

മന്ദഗാമിനി
ഹേമന്തയാമിനി
ഘനശ്യാമ രൂപിണി
വരൂ നീ.
നർമ്മ മൃദുമർമ്മര-
വിലാസങ്ങളെത്തഴുകി
സന്ധ്യയുടെ രംഗം പൊലിഞ്ഞൂ
സഹ്യാദ്രിതീരവുമിരുണ്ടൂ.
വരിക, കുളിരിളകുന്ന
ചെറുതെന്നലേറി, നീ
തരിക, തളിരധരദല
താംബൂല മാധുരി

എന്ന ഗീതം ആ മനസ്സിലൂടെ ഒഴുകിയിരിക്കുമോ? അതിലെ മധുരമായ ആശയമെങ്കിലും?

മൃത്യുദർശനം എന്ന ലേഖനത്തിൽ അദ്ദേഹം എഴുതിയതിങ്ങനെ:

"അയൽവീടുകളിൽ, അകന്ന ബന്ധുക്കളിൽ, മിത്രവർഗ്ഗത്തിൽ മരണം ചുറ്റിക്കറങ്ങിക്കൊണ്ടിരുന്നു. 12-13 വയസ്സായപ്പോഴേക്ക് വീണ്ടും വീട്ടിൽ കയറി വന്നതു കണ്ടു. വ്യക്തമായ ഓർമ്മ. അമ്മയുടെ അമ്മയും അമ്മയും എണ്ണവറ്റി കെടുന്നതും അദൃശ്യഹസ്തങ്ങൾ തിരി വലിച്ചു താഴ്ത്തുന്നതും കണ്ടു. 'അഷ്ടദലങ്ങൾ വിടർന്നൊരു ശിഖരം!' ഉഗ്രതാണ്ഡവമായിരുന്നു അത്. നിലയില്ലാക്കയം. അതോടെ ഭയമുക്തിയും. ഇനിയെന്തു വന്നാലെന്ത്? ബാല്യത്തിന്റെ നൈർമ്മല്യവും നിർമ്മാല്യവും

അവിടംകൊണ്ടവസാനിച്ചിരിക്കണം. വീണ്ടും വൈദേഹീമന്ത്രം ഉരുവിട്ടിരിക്കണം. പുനർജ്ജന്മങ്ങളെല്ലാം ഒരേ ജന്മത്തിൽത്തന്നെയല്ലേ? എത്രയോ ജന്മങ്ങൾ ജീവിച്ചതായ ഓർമ്മയുമായിട്ടാണ് ഓരോ ദിവസവും ഉറങ്ങാൻ കിടക്കുന്നത്. രാവിലെ ജനൽപ്പാളിയിൽ വെളിച്ചം വന്നുമുട്ടുമ്പോൾ സ്വയം പുനർജ്ജനിച്ച ഓർമ്മകളെത്ര! ജനനവും മരണവും സമത്വം നേടിക്കഴിയുന്ന കാലം. 'ജനനം, ജനനം – മൃതിയുടെ ജനനം. മൃതിയെന്നാൽ ജനനത്തിൽ മരണം.' പാതാളയാത്രകളിൽ കണ്ട മറ്റൊരു ചിത്രം: മേശയ്ക്കരികിലിരുന്നു മനുഷ്യചിത്രം വരയ്ക്കുന്ന ചരിത്രഗുപ്തൻ. അവനും ഇരുന്നു മരിക്കുകയാണെന്നു കണ്ട ഫലിതബോധം കൊണ്ടു വീണ്ടും ജനനം."

ഏതു ആശയവും വ്യക്തതയോടെ അവതരിപ്പിക്കാൻ കെല്പുള്ള അയ്യപ്പപ്പണിക്കർ തന്നെയാണ് യുക്തിബന്ധം മറന്നുകൊണ്ട് ഇതെഴുതിയിരിക്കുന്നത്. ഈ പ്രമേയം ഈ രീതിയിൽ മാത്രമേ ആവിഷ്കരിക്കാൻ കഴിയുകയുള്ളൂ. ആ മനസ്സിൽ മരണചിന്ത ബാല്യം മുതൽ ചലനമുണ്ടാക്കിയിരുന്നുവെന്ന് ഇതിൽനിന്ന് നാം അറിയുന്നു. അന്യന്റെ മരണത്തിൽ നാം സ്വന്തം മരണം അറിയുന്നു. അത് നമ്മെ ചിന്തയുടെ കയത്തിലാഴ്ത്തുന്നു.

അന്തമില്ലാത്ത ആഴത്തിലേക്കിതാ ഹന്ത! താഴുന്നു, താഴുന്നു, കഷ്ടം! എന്നെഴുതിയ കുമാരനാശാനെ ഓർമ്മിച്ചുപോകുന്നു. *'ചിന്തേ, ചിറകുകൾ നല്കണേ'* എന്നാണ് അദ്ദേഹം പ്രാർത്ഥിച്ചത്. മൃത്യുവിന്റെ കയത്തിലാഴുമ്പോൾ ചിറകുകൾ നൽകാൻ ചിന്തയ്ക്കു കഴിയുമോ?... ഇതുപോലുള്ള പലതരം വൈരുദ്ധ്യങ്ങളിലാണ് മനുഷ്യമനസ്സിനെ മരണം അകപ്പെടുത്തുന്നത്. യുക്തിയുടെ കണ്ണികൾ അവിടെ പൊട്ടിപ്പോകുന്നു.

ആ അവസ്ഥയ്ക്ക് സങ്കീർണ്ണതയേകിക്കൊണ്ട് പ്രണയം അല്ലെങ്കിൽ സ്നേഹം കടന്നുവരുന്നു. ഏതു മരണത്തിലും നമ്മുടെ ഹൃദയത്തിൽ പ്രേമത്തിന്റെ തിരി എരിയുന്നു. പ്രേമം അനശ്വരമാണ്. അതറിഞ്ഞുകൊണ്ട് അയ്യപ്പപ്പണിക്കർ എഴുതുന്നു.

മരണത്തോടെ എല്ലാം തീർന്നുവെന്ന് ഒരാൾ. 'മാംസം വെടിഞ്ഞാൽ തീരുന്നില്ലീ പ്രണയജടിലം ദേഹിതൻ ദേഹബന്ധം' എന്നു മറ്റൊരാൾ. രണ്ടു പേരും മരണശേഷം തുടരാൻ വേണ്ടി ചർച്ച മാറ്റിവയ്ക്കുന്നു. അതിനിടയിൽ കുഴപ്പമുണ്ടാക്കുന്ന, യുക്തിയെ വികലമാക്കുന്ന ഒന്നാണ് പ്രണയ ജടിലത. അതില്ലായിരുന്നുവെങ്കിൽ മരണത്തോടെ എല്ലാം തീർത്തുവയ്ക്കാമായിരുന്നു. മരണഭയത്തിൽ നിന്നു സ്നേഹം ജനിക്കുന്നു. സ്നേഹം മരണാനന്തര ജീവിതസങ്കല്പം കൊരുത്തു മഴവിൽമാല ചാർത്തി മെഴുകുതിരികളും കൊളുത്തി മുട്ടുകുത്തി കൈക്കൂപ്പി വാങ്കു വിളിക്കുന്നു. സ്നേഹം എന്ന മൃത്യുഞ്ജയപൂജ. മൃത്യോർമാ അമൃതം ഗമയ!

അയ്യപ്പപ്പണിക്കർ ഇതെഴുതിയത് 1977ലാണ്. അദ്ദേഹത്തിന്റെ ചരമ വാർത്തയറിഞ്ഞപ്പോൾ ഈ പ്രബന്ധമെടുത്ത് ഞാൻ വീണ്ടും വായിച്ചു. അപ്പോൾ അതു മാത്രമേ എനിക്കു ചെയ്യാനാകുമായിരുന്നുള്ളൂ! *മരണത്തോടെ എല്ലാം തീരുന്നില്ല* എന്ന്, സ്നേഹത്തിന്റെ ബലത്തിൽ, ഞാൻ സ്വയം ആവർത്തിച്ചുകൊണ്ടിരുന്നു.

ആ പ്രബന്ധത്തിലെ അവസാന വാക്യങ്ങൾ വീണ്ടും വായിക്കണമെന്ന് അപ്പോൾ തോന്നി.

...മരണം – ഈ എഴുതുന്നവന്റെ മരണം – ഒടുവിൽ വരുമ്പോൾ ഈ ലേഖനത്തെപ്പറ്റിയും ചോദിക്കാതിരിക്കയില്ല. അവസാന മൃത്യുദർശനത്തിൽ അതിനുള്ള മറുപടി മൃത്യു തന്നെ നൽകിക്കൊള്ളും. ജനിച്ചുണ്ടായ സ്ഥിതിക്ക് ഇതൊക്കെ നേരിട്ടേ പറ്റൂ. വൃദ്ധക്ഷയങ്ങളുടെ താളത്തിനൊത്ത് വ്യക്തിസത്ത വികസിപ്പിക്കുന്ന മനുഷ്യന് എത്ര പറഞ്ഞാലും തീരാത്ത വിഷയം മരണം. മരണത്തിൽ മാത്രം മരണം അവസാനിക്കുന്നു. അതോ ഇല്ലയോ?

ഒരിക്കൽ സായംസന്ധ്യയുടെ വെളിച്ചം വൈദ്യുതി ദീപശൃംഖലകളുടെ വെളച്ചത്തിനു വഴിമാറിക്കൊടുക്കുന്ന മുഹൂർത്തത്തിൽ, എറണാകുളത്ത് സുഭാഷ് പാർക്കിൽ കായലിനരികിലെ പാരപ്പറ്റിലിരുന്ന്, അയ്യപ്പപ്പണിക്കരും ഞാനും ഏറെ നേരം സംസാരിച്ചതോർക്കുന്നു. വിഷയം മരണമായിരുന്നു. അപ്പോഴും അദ്ദേഹത്തിൽ നിന്ന് ഫലിതം പുറപ്പെടാതിരുന്നില്ല. പരലോകത്ത് ഇരിക്കാൻ സീറ്റില്ലാത്തതുകൊണ്ട് മടക്കി അയച്ചിരിക്കുന്നു എന്ന് മരണശയ്യയിൽ വച്ചു പറഞ്ഞതു പോലുള്ള ഫലിതം.

■

മൂന്ന്

ചങ്ങനാശ്ശേരിയിൽ *സഞ്ജീവനി* ആസ്പത്രിയുടെ അധിപനായ ഡോക്ടർ ആർ.വി. നായരുടെ നേതൃത്വത്തിലാണ് ഞങ്ങൾ, നാലു സ്നേഹിതന്മാർ, കാവാലത്തു പോയത്; ഡോക്ടറുടെ കാറിൽ. പട്ടണം വിട്ട് ഗ്രാമത്തിൽ പ്രവേശിച്ചതോടെ ഭൂപ്രകൃതിയിൽ കണ്ട മാറ്റം ഞങ്ങളെ ആകർഷിച്ചു. ഇരുഭാഗവും പച്ചപ്പ് തളിർത്തു വിലസുന്നു. ഇടകലർന്ന് ഉയർന്നും താണും കിടക്കുന്ന ഭൂമി. കൈത്തോടുകൾ. കുളങ്ങൾ. ആധുനികരീതിയിൽ പണികഴിപ്പിച്ച വീടുകൾക്കു വിസ്താരമുള്ള മുറ്റങ്ങൾ. മുറ്റങ്ങളിൽ പൂത്തുനിൽക്കുന്ന ചെടികൾ. അവയ്ക്കിടയിൽക്കൂടി കടന്ന് കാവാലത്ത് ഡോക്ടറുടെ തറവാടുമുറ്റത്ത് ഇറങ്ങിയതിനു ശേഷം ഞങ്ങൾ ചുറ്റി നടന്ന് ആ ഗ്രാമപ്രദേശത്തിന്റെ ഭംഗി ആസ്വദിച്ചു. കൂറ്റൻ കോൺക്രീറ്റ് കെട്ടിടങ്ങൾക്കിടയിൽ കുരുങ്ങിക്കഴിയുന്ന എനിക്ക് ആ കാഴ്ച ആശ്വാസദായകമായും അനുഭവപ്പെടാതിരുന്നില്ല.

കാവാലം പ്രദേശത്തിലെ പ്രാചീന തറവാടുകളെക്കുറിച്ചും അവയുടെ താവഴികളെക്കുറിച്ചും ഡോ. ആർ.വി. നായർ വിസ്തരിച്ചു പറഞ്ഞുതന്നു. അദ്ദേഹത്തിന് സാഹിത്യാദിവിഷയങ്ങളിൽ ആസ്വാദനപരിചയം മാത്രമല്ല, പരിജ്ഞാനവുമുണ്ട്. അത്യന്തം രസപ്രദമായി സംഭാഷണം നടത്താനുള്ള ചാതുര്യവും ഉയർന്ന സാംസ്കാരികബോധവും അദ്ദേഹത്തിൽ സമ്മേളിക്കുന്നു. അതുകൊണ്ട് അദ്ദേഹത്തിന്റെ വാക്കുകൾ ഞങ്ങളുടെ ഹൃദയങ്ങളിലാണ് മുദ്രിതമായത്.

പഴൂർ തറവാടിന്റെ ആറു ശാഖകളെക്കുറിച്ച് ഡോക്ടർ വിവരിച്ചത് ഓർമ്മിക്കുന്നു. (അതിലൊന്നിലെ അംഗമാണ് അദ്ദേഹം.) പ്രസിദ്ധമായ ചാലയിൽ തറവാടിന്റെ മുമ്പിൽ അല്പസമയം ഞങ്ങൾ നിന്നു. വീട് അടച്ചിട്ടിരിക്കുന്നു. പ്രസിദ്ധരായ ചാലയിൽ പണിക്കർ, സർദാർ കെ. എം. പണിക്കർ തുടങ്ങിയവരെ ഞങ്ങൾ ഓർമ്മിച്ചു. ഒരു കാലത്ത് എത്രയേറെ പ്രതാപവും പ്രതാപത്തിന്റെ തിരക്കുകളും കൊണ്ട് മുഖരിതമായിരുന്നു ആ ഭവനവും പരിസരവും. ആ കാലം അസ്തമിച്ചു. ചാലയിൽ പണിക്കർമാരുടെ ഭാഗിനേയനായ കാവാലം നാരായണപ്പണിക്കർ വല്ലപ്പോഴും വരാറുണ്ട്. അപ്പോൾ മാത്രമേ അവിടെ ആളും അനക്കവും ഉണ്ടാകാറുള്ളൂ.

മാറ്റമില്ലാതെ തുടരുന്നതു മാറ്റം മാത്രമാണല്ലോ.

അയ്യപ്പപ്പണിക്കരുടെ *കുടുംബപുരാണം* എന്ന കവിതയിലെ വരികൾ ചൊല്ലിക്കേൾപ്പിച്ച് ഡോ. ആർ.വി. നായർ ഞങ്ങൾ നേടിക്കൊണ്ടിരിക്കുന്ന പരിചയത്തിന് ആഴം നൽകി.

അങ്ങനെ ഞങ്ങൾ ആറു ശാഖകളിലൊന്നായ ഓലിക്കൽ തറവാടിലെത്തി. ഒരു നാലുകെട്ടു തറവാട്. പഴമയുടെ പ്രൗഢിയാണ് അതിനുള്ളത്. നടുമുറ്റത്തിനരികിലെ കസേരകളിലിരുന്ന ഞങ്ങളെ പഴയ കാര്യങ്ങൾ വിസ്തരിച്ചു പറഞ്ഞു കേൾപ്പിച്ചത് അയ്യപ്പപ്പണിക്കരുടെ സഹോദരിയായ പാറുക്കുട്ടിഅമ്മയാണ്. അവരാണ് ഇപ്പോൾ അവിടെ താമസം. വിശദവിവരങ്ങൾ നൽകാൻ അയ്യപ്പപ്പണിക്കരുടെ ഭാഗിനേയനും ഉത്സാഹം കാണിച്ചു.

ആ നാലുകെട്ടിൽ വച്ചാണ് അയ്യപ്പപ്പണിക്കരുടെ അമ്മ മീനാക്ഷി അമ്മ എട്ടു മക്കളെയും പ്രസവിച്ചത്. ഹരിപ്പാട് മുട്ടക്കുളത്തുമഠം നാരായണൻ നമ്പൂതിരിയാണ് അച്ഛൻ. ആറ് പെൺകുട്ടികളും രണ്ടു ആൺകുട്ടികളുമടങ്ങുന്ന മക്കളിൽ നാലാമത്തേതാണ് അയ്യപ്പപ്പണിക്കർ. ആദ്യത്തെ മൂന്നും പെൺമക്കളായപ്പോൾ, ഒരു കുഞ്ഞിനുവേണ്ടി മാതാപിതാക്കൾ ശബരിമല അയ്യപ്പന് വഴിപാട് നേർന്നു. അങ്ങനെ ജനിച്ചതുകൊണ്ട് നാലാമത്തെ ആൺകുട്ടിക്ക് അയ്യപ്പൻ എന്ന പേരു തന്നെ നൽകി.

മരങ്ങളും വള്ളികളും കൊണ്ട് പച്ചപ്പുനിറഞ്ഞ ആ ഗ്രാമീണപ്രകൃതിയുടെ മടിയിലാണ് അയ്യപ്പപ്പണിക്കർ ജനിച്ചുവളർന്നത്. കായൽക്കരയും തോടുകളുമുള്ള ആ പ്രദേശത്ത് ഭൂമി നിരപ്പുള്ളതാണ്. കുന്നിൽ കയറിയും താഴത്തിറങ്ങിയും നടക്കേണ്ടതില്ല. അവിടെ നടന്നപ്പോൾ അയ്യപ്പപ്പണിക്കരുടെ *കുടുംബപുരാണ*ത്തിലെ ചില വരികൾ ഡോ. ആർ.വി. നായരിൽ നിന്നുതിർന്നു:

കുഞ്ഞുന്നാളിനെനിക്കൊരു ദുഃഖം
കുന്നില്ലാത്തൊരു നാടെൻ നാടെ-
ന്നിന്നാ ദുഃഖം തീർത്തൂ ചുറ്റും
കുന്നായ്മകളുടെ കുന്നുകൾ കാൺകെ.

അതു കേട്ടപ്പോൾ, പലരുടെയും കുന്നായ്മകളനുഭവിച്ചപ്പോഴും കുന്നായ്മകൾക്കതീതനായി ജീവിതം തുടരാൻ സന്നദ്ധനായ ആ സുഹൃത്തിന്റെ പുണ്യത്തെക്കുറിച്ച് ഞാൻ ഓർമ്മിച്ചു പോയി.

ബാല്യകാലത്തെക്കുറിച്ച് ആ സഹോദരി വിസ്തരിച്ചു കേൾപ്പിച്ച വസ്തുതകളെല്ലാം ഇവിടെ വിവരിക്കേണ്ടതില്ല. (ഇതൊരു കുറിപ്പ് മാത്രമാണല്ലോ). എങ്കിലും, കവിത ചൊല്ലുക, നാടകം കളിക്കുക, ക്ഷേത്രകലകളാസ്വദിക്കുക മുതലായ വിനോദങ്ങളെക്കുറിച്ച് പരാമർശിക്കാതിരിക്കാൻ പറ്റുകയില്ല. കവിതകളിൽ കമ്പമുളവാക്കിയത് പിതാവായ

നാരായണൻ നമ്പൂതിരിയാണ്. അന്നത്തെ ജീവിതരീതിയും കുടുംബ സാഹചര്യവും അമ്പലങ്ങളുമായി നിത്യസമ്പർക്കം പുലർത്തുന്നതിനു കാരണമാവുകയും ചെയ്തു. ദിവസേന അമ്പലത്തിൽ പോയിരുന്നു പ്രാർത്ഥിക്കുകയും അനുഷ്ഠാനങ്ങളിൽ പങ്കുകൊള്ളുകയും ചെയ്തിരുന്നു. വാദ്യമേളങ്ങളിൽ നിന്ന് രസം നുകർന്നു. താളത്തിൽ വലിയ കമ്പമായിരുന്നു. കൂത്തും ഓട്ടൻതുള്ളലും പാഠകവും ആസ്വദിച്ചു. നേരം വെളുക്കുന്നതുവരെ ഉറക്കമിളച്ചിരുന്ന് കഥകളി കാണാൻ ഉത്സാഹമായിരുന്നു. കൂടിയാട്ടത്തിലെ സങ്കീർണ്ണ ഭാഗങ്ങൾ പോലും ആ ബാലന് ഇഷ്ടപ്പെട്ടു.

അച്ഛനും അമ്മയും കഥ പറഞ്ഞു കേൾപ്പിക്കുമായിരുന്നു; രണ്ടു തരത്തിലുള്ള കഥകൾ. രണ്ടു രീതിയിലുള്ള ആഖ്യാനം. രണ്ടിലും ഒരു പോലെ വിഹരിച്ചു. ഭാവനയുടെ ലോകം യഥാർത്ഥലോകത്തിനു തുല്യം സജീവമായി ആ ബാലനനുഭവപ്പെട്ടു. രണ്ടു ലോകങ്ങളും സമാന്തരമായെന്നപോലെ പരസ്പരം ഇഴുകിച്ചേർന്ന് ആ ജീവിതത്തിൽ നിലനിന്നു. (എക്കാലത്തും നിലനിന്നു എന്നുതന്നെ പറയണം.)

കവിതയിൽ കമ്പം വളർത്തിയതിൽ പിതാവിനെന്നപോലെ അദ്ധ്യാപകർക്കും പങ്കുണ്ട്. (ഭാവയിത്രിയായ പ്രതിഭയില്ലാതെ ആ കമ്പം വളരുകയില്ലെന്നു പ്രത്യേകം പറയേണ്ടതുണ്ടോ?) സ്കൂളിൽ പഠിക്കുമ്പോൾ തന്നെ ചെറുശ്ശേരി, എഴുത്തച്ഛൻ, കുഞ്ചൻ നമ്പ്യാർ, പൂന്താനം എന്നിവരുടെ കവിതാഭംഗികൾ മനസ്സിന്റെ ഭാഗമായിത്തീർന്നു. പൂന്താനത്തെ ഏറെ ഇഷ്ടപ്പെട്ടു.

ദൃശ്യകലകളാണ് ഏറെ വശീകരിച്ചതെന്നു പറയാം. അവിടെ കവിതകൾക്കും സ്ഥാനമുള്ളതുകൊണ്ട് കവിതാസ്വാദനവും സ്വയമറിയാതെ നടന്നു പോന്നു.

അതിന്റെ ഉത്സാഹത്തിൽ വീട്ടിലെ നടുമുറ്റത്തിന്റെ കിഴക്കുവശത്തെ വരാന്തയിൽ കർട്ടൻ കെട്ടി നാടകം കളിക്കാൻ തുടങ്ങി. വീട്ടിലെ വസ്ത്രങ്ങൾ കർട്ടനായി ഉപയോഗിച്ചു. കൈയിൽ കിട്ടിയ വസ്തുക്കൾ കൊണ്ട് *മേക്കപ്പ്* ചെയ്തു. പ്ലാവിലകൾ ഈർക്കിൽകൊണ്ട് പരസ്പരം കോർത്തിണക്കിയാൽ കിരീടമുണ്ടാക്കാം; മറ്റു പല വേഷങ്ങളുമുണ്ടാക്കാം. അടുപ്പിൽ നിന്നെടുക്കുന്ന കരിയും ചകിരിയും മറ്റുമുപയോഗിച്ച് മീശയും തലമുടിയുമുണ്ടാക്കാം. അങ്ങനെ പലതും.

അപ്പോൾ നാടകം? അതു സ്വയം രചിച്ചു. പുരാണങ്ങളിൽ നിന്ന് കഥാഭാഗങ്ങളെടുത്ത് സംഭാഷണങ്ങളും പാട്ടും ചേർത്ത് നാടകമാക്കി മാറ്റി. അങ്ങനെ ഗൃഹസദസ്സിൽ ആ വിദ്യാർത്ഥി അവതരിപ്പിച്ച നാടകങ്ങളെക്കുറിച്ചോർമ്മിക്കാൻ അയ്യപ്പപ്പണിക്കരുടെ സഹോദരങ്ങൾക്ക് എന്തൊരുത്സാഹമാണ്! പത്താം വയസ്സിൽത്തന്നെ ഇത്തരം പരിപാടികൾ ആരംഭിച്ചു. നാടകം ആസ്വദിക്കുന്നതോടൊപ്പം ആസ്വാദനപരമായ

വാക്കുകൾ പറഞ്ഞും അമ്മ തന്റെ വാത്സല്യഭാജനമായ ആ കുരുന്നിനെ പ്രോത്സാഹിപ്പിച്ചുകൊണ്ടിരുന്നു. ആ അമ്മയുടെ സ്വാധീനം വലുതായിരുന്നു.

അങ്ങനെയൊരമ്മയാണ് അയ്യപ്പപ്പണിക്കർക്ക് പന്ത്രണ്ടു വയസ്സുള്ളപ്പോൾ മരണമടഞ്ഞത്. മരണം; കുട്ടിക്കാലത്തു തന്നെ മരണം ആ മനസ്സിൽ ഒരനുഭവമായി സ്ഥലം പിടിച്ചു:

ആദ്യം അയൽവീടുകളിലാണ് മരണം കണ്ടത്. പിന്നെ, പന്ത്രണ്ടു പതിമൂന്നു വയസ്സായപ്പോഴേക്കു വീണ്ടും വീട്ടിൽ കയറി വന്നതു കണ്ടു. വ്യക്തമായ ഓർമ്മ. അമ്മയുടെ അമ്മയും അമ്മയും എണ്ണ വറ്റി കെടുന്നതും അദൃശ്യഹസ്തങ്ങൾ തിരി വലിച്ചു താഴ്ത്തുന്നതും കണ്ടു. ബാല്യത്തിന്റെ നൈർമ്മല്യവും നിർമ്മാല്യവും അവിടം കൊണ്ടവസാനിച്ചിരിക്കണം.

ഓലിക്കൽ തറവാട്ടിലെ നടുമുറ്റത്തിനരികിലുള്ള വരാന്തയിലിരുന്ന്, പഴമയുടെ അന്തരീക്ഷം ശ്വസിച്ചുകൊണ്ട്, കാപ്പി കുടിക്കുകയും സ്മരണകളയവിറക്കുകയും കാഴ്ചകൾ കാണുകയും ചെയ്യുന്നതിനിടയിൽ ഞങ്ങൾ (പ്രത്യേകിച്ചും ഞാൻ) ഉൾക്കൊണ്ടതെന്തെന്നു വിവരിക്കാൻ വാക്കുകളില്ല, അതിന്റെ ഒരംശം മാത്രമാണ് മുകളിൽ പകർത്തിയത്.

വീടിനോടും കാവാലം കരയോടും വിടപറയുന്നതിനു മുമ്പ് ഒരു വിശുദ്ധ കർമ്മം കൂടി എനിക്ക് അനുഷ്ഠിക്കേണ്ടതുണ്ടായിരുന്നു. അതിനുവേണ്ടി ഞങ്ങൾ പുറത്തിറങ്ങി നടന്നു. അയ്യപ്പപ്പണിക്കരുടെ മൃതദേഹം ദഹിപ്പിച്ച സ്ഥലത്തെത്തി. തറവാടിന്റെ പറമ്പിൽ തന്നെയാണ് ആ സ്ഥലം. അവിടെയാണ് തനിക്കു ചിതയൊരുക്കേണ്ടതെന്ന് *അമ്മാവൻ* പറഞ്ഞിരുന്നുവെന്ന് അദ്ദേഹത്തിന്റെ ഭാഗിനേയൻ ഞങ്ങളെ അറിയിച്ചു. ഞങ്ങൾ നിശ്ശബ്ദരായി അവിടെ കുറച്ചു സമയം നിലകൊണ്ടു.

പിരിഞ്ഞുപോയ സുഹൃത്തിനോട് എന്റെ മനസ്സ് പറഞ്ഞു:

നാം പിരിഞ്ഞിട്ടില്ലെന്ന് ഇപ്പോൾ ഞാൻ പൂർണ്ണമായറിയുന്നു.

■

നാല്

അയ്യപ്പപ്പണിക്കർ ജനിച്ചത് 1930 സെപ്തംബർ 12–ാം തിയ്യതിയാണ്. അഞ്ചു വയസ്സു കഴിയുന്നതുവരെ വീട്ടിലിരുന്ന് പഴയ രീതിയിൽ അക്ഷരമാലയും കണക്കും മറ്റും പഠിച്ചു. എഴുതാനും വായിക്കാനും കണക്കു ചെയ്യാനും ലഘുവായി പഠിച്ചതിനുശേഷം സ്കൂളിൽ പഠനം തുടർന്നു. മര്യാദക്കാരനും പഠനത്തിൽ മിടുക്കനുമായതുകൊണ്ട് അദ്ധ്യാപകരുടെ വാത്സല്യഭാജനമായിത്തീർന്നു. സ്കൂളിൽ വച്ചുതന്നെ കവിതാരചന തുടങ്ങി. ഭാഷാദ്ധ്യാപകൻ അതു പരിശോധിക്കുകയും അതെഴുതിയ *കവി*യെ അഭിനന്ദിക്കുകയും ചെയ്തു.

*പഞ്ചതന്ത്ര*വും *കഥാസരിത്സാഗര*വുമാണ് ആദ്യം വായിച്ചു രസിച്ചത്. *ഈസോപ്പിന്റെ കഥ*കളിലേക്കു തിരിയാൻ താമസമുണ്ടായില്ല. ഹെൻഡേഴ്സന്റെ കഥകളും വിക്രമാദിത്യകഥകളും വായിച്ച് മറ്റൊരു ലോകത്തിലെത്തിച്ചേരുക പതിവായിരുന്നു. അങ്ങനെ, രണ്ടു ലോകങ്ങളിൽ ജീവിക്കുന്ന സമ്പ്രദായം കുട്ടിക്കാലത്തു തന്നെ തുടങ്ങി. അത് ജീവിതകാലം മുഴുവൻ തുടർന്നു പോന്നു.

തറവാട് പഴയതാണെങ്കിലും, ഭൂസ്വത്തുണ്ടെങ്കിലും വീട്ടിൽ സമൃദ്ധിയുണ്ടായിരുന്നില്ല. വളർന്നുവന്ന ഘട്ടം സാമ്പത്തികമാന്ദ്യത്തിന്റേതായതു മൂലം ഞെരുക്കം അനുഭവപ്പെട്ടുകൊണ്ടിരുന്നു. ദാരിദ്ര്യവും അനുഭവിച്ചു: മുതിർന്നവരാണ് അതെല്ലാമറിഞ്ഞു പോന്നതെങ്കിലും ആ ബാലമനസ്സിൽ അതിന്റെ ആഘാതങ്ങളേൽക്കാതിരുന്നില്ല. ദാരിദ്ര്യവും ദാരിദ്ര്യം ഇല്ലാതാക്കലും അന്നുതന്നെ വിചാരമേഖലയിൽ സ്ഥാനം പിടിച്ചു. വിചാരശീലം സഹജവാസനകളിലൊന്നായിരുന്നു.

കമ്മ്യൂണിസ്റ്റ് മുദ്രാവാക്യങ്ങളും കമ്മ്യൂണിസ്റ്റാശയങ്ങളും അന്തരീക്ഷത്തിൽ ചലനം സൃഷ്ടിക്കുന്നത് സ്കൂൾ വിദ്യാഭ്യാസകാലത്തു കണ്ടു. പുതിയ ഉണർവ്വ്. പുതിയ മുദ്രാവാക്യങ്ങൾ, പുതിയ ഭാഷ; ശ്രദ്ധിക്കാതിരിക്കാൻ സാധിക്കയില്ല. സമീപത്തുള്ള പതിതരുടെ കണ്ണുകളിൽ ഉന്മേഷത്തിന്റെ പ്രകാശം തെളിയുന്നതു കണ്ടു. സമത്വസുന്ദരമായ *നല്ല നാളെ* എന്ന സ്വപ്നമാണ് ആ പ്രകാശത്തിന്റെ ഉറവിടമെന്നു മനസ്സിലാക്കി.

സമൂഹത്തിൽ മാറ്റം സംഭവിക്കുകയാണ്.

മര്യാദക്കാരനായ വിദ്യാർത്ഥിയായി പഠനം തുടരുന്നതിനിടയിലും അതെല്ലാം ശ്രദ്ധിച്ചു. അവയ്ക്കു പ്രചോദനമായി വർത്തിക്കുന്ന സ്വപ്ന ത്താൽ ആകൃഷ്ടനാവുകയും ചെയ്തു. എങ്കിലും, പഠനം, സാഹിത്യാ സ്വാദനം, അല്പസ്വല്പം കവിതാരചന, വീട്ടിലെ കളികൾ തുടങ്ങിയ വയിലാണ് സന്തോഷം കണ്ടത്. നാടകാവതരണം, അനുഷ്ഠാനങ്ങളുടെ അനുകരണം തുടങ്ങിയവ കളികളിലുൾപ്പെട്ടിരുന്നു.

അക്കാലത്തെഴുതിയ കവിതകളിലെ ചില വരികൾ അയ്യപ്പപ്പണിക്കർ ചൊല്ലിക്കേൾപ്പിച്ചത് എനിക്കോർമ്മയുണ്ട്. പ്രായത്തെ അതിലംഘി ക്കുന്ന ഭാവചാരുതയും രചനാകൗശലവും അവയെ അനുഗ്രഹിക്കുന്നു ണ്ടെന്ന് ഏതൊരാസ്വാദകനും എളുപ്പം തിരിച്ചറിയാൻ കഴിയും. ആന്തര ജീവിതത്തിൽ സ്വകാര്യമായി തുടരുന്ന ഒരു അന്വേഷണമായിരുന്നു കവിതാരചന എന്നു പറയാം.

പതിനഞ്ചാം വയസ്സിൽ സ്കൂൾ ഫൈനൽ ജയിച്ചു. കോഴിക്കോട് മലബാർ ക്രിസ്ത്യൻ കോളേജിൽ ഉപരിപഠനത്തിനു ചേർന്നു. സഹ പാഠികളായ ചിലരുമൊത്ത് വിദ്യാർത്ഥി ഫെഡറേഷൻ പ്രവർത്തന ങ്ങളിൽ പങ്കെടുക്കാൻ തുടങ്ങി. കമ്മ്യൂണിസ്റ്റു പാർട്ടിയുടെ സ്റ്റഡി ക്ലാസു കളിൽനിന്ന് നവീനാശയങ്ങൾ പലതും ഉൾക്കൊണ്ടു. റഷ്യൻ വിപ്ലവം, പുതിയ സമൂഹസൃഷ്ടിക്കുവേണ്ടി സോവിയറ്റ് യൂണിയനിൽ നടക്കുന്ന ധീരമായ പരീക്ഷണം, ആ പരീക്ഷണത്താൽ പ്രചോദിതരായി തൊഴി ലാളിവർഗ്ഗം ഇതരരാജ്യങ്ങളിൽ ആരംഭിച്ചിരിക്കുന്ന സംഘടിതപ്രവർ ത്തനം മുതലായവയെക്കുറിച്ച് നേടിയ അറിവ് ആവേശകരമായിരുന്നു. മാർക്സിസ്റ്റ് പ്രത്യയശാസ്ത്രത്തിന്റെ ബാലപാഠം പഠിച്ചതും ആ ക്ലാസ്സു കളിൽ വച്ചാണ്.

ഏറ്റവും നന്നായി ക്ലാസെടുത്തത് ഇ.എം.എസ്. ആയിരുന്നുവെന്ന് അയ്യപ്പപ്പണിക്കർ പില്ക്കാലത്ത് ആവർത്തിച്ചു പറഞ്ഞു പോന്നു. ക്ലാസു കളിൽ പഠിച്ചതിനപ്പുറത്തേക്കു വായനയും സത്യാന്വേഷണവും കടന്നു പോയതു മൂലം പാർട്ടിപ്രവർത്തനത്തിൽ താത്പര്യമില്ലാതായി. അച്ചടക്ക മുള്ള സംഘടിത പ്രവർത്തനം തനിക്കു ചേർന്നതല്ലെന്നു സ്വയം തിരി ച്ചറിയുകയും ചെയ്തു. സാഹിത്യത്തിൽ, പ്രത്യേകിച്ചും കവിതയിൽ, അളവില്ലാത്ത താത്പര്യം വർദ്ധിച്ചുകൊണ്ടിരുന്നതും അതിനൊരു കാരണമായിരിക്കാം. രാത്രിയുടെ ഏകാന്തയാമങ്ങളിൽ കാവ്യാസ്വാദന ത്തിലൂടെ അതിരില്ലാത്ത രസമയരാജ്യസീമകളിൽ വിഹരിക്കുക, അതിലെ ആനന്ദം അനുപമമാണ്.

ഇന്റർമീഡിയറ്റ് ജയിച്ചതിനുശേഷം എവിടെ ചേർന്നു പഠിക്കണ മെന്നതിനെപ്പറ്റി ആലോചിക്കേണ്ടതായി വന്നില്ല. അക്കാര്യം നേരത്തേ നിശ്ചയിച്ചു വച്ചിരുന്നു. തിരുവനന്തപുരം യൂണിവേഴ്സിറ്റി കോളേജിൽ ബി.എ. ഓണേഴ്സിനു ചേർന്നു (ഇംഗ്ലീഷ് സാഹിത്യം). സാഹിത്യം ആസ്വദിക്കാനും പഠിക്കാനും അത്രയേറെ ആഗ്രഹമുണ്ടായിരുന്നു. കവിതാരചനയിലുള്ള കമ്പത്തെപ്പറ്റി പറയാനില്ല. അതുവരെ എഴുതിയ

കവിതകളിൽ ചിലതെല്ലാം തെരഞ്ഞെടുത്ത് ചെറിയൊരു പുസ്തകം അതിനകം പ്രസിദ്ധീകരിച്ചുകഴിഞ്ഞിരുന്നു. *പനിനീർപ്പൂവ്* എന്നു പേരുള്ള ആ പുസ്തകത്തിന് സി.എസ്. സുബ്രഹ്മണ്യൻ പോറ്റിയാണ് അവതാരിക എഴുതിയത്. അതെഴുതാനിടിയായതെങ്ങനെയെന്നറിയേണ്ടതാണ്.

അയ്യപ്പപ്പണിക്കർ എന്ന വിദ്യാർത്ഥി വാസനാസമ്പന്നനാണെന്നും കുറച്ചു കവിതകൾ താൻ വായിച്ചാസ്വദിച്ചിട്ടുണ്ടെന്നും ഒരു അദ്ധ്യാപകൻ സി.എസ്. സുബ്രഹ്മണ്യൻപോറ്റിയോടു പറഞ്ഞു. യാദൃച്ഛികമായി കണ്ടുമുട്ടിയപ്പോഴാണ് പറഞ്ഞത്. അതു കേട്ടപ്പോൾ ആ കവിതകൾ കാണണമെന്നു പോറ്റിക്ക് വലിയ ആഗ്രഹം. അയ്യപ്പപ്പണിക്കരിൽനിന്ന് അതെല്ലാം വാങ്ങി അദ്ധ്യാപകൻ പോറ്റിയുടെ വീട്ടിൽ കൊണ്ടുപോയി ഏല്പിച്ചു. അദ്ദേഹം അതെല്ലാം വായിക്കുക മാത്രമല്ല, അതിൽനിന്നും പലതും തെരഞ്ഞെടുത്ത് പുസ്തകരൂപത്തിൽ ക്രമീകരിക്കുക കൂടി ചെയ്തു. ബാലകവിയെ സ്വാഗതം ചെയ്തുകൊണ്ട് ചെറിയൊരവതാരികയും എഴുതിക്കൊടുത്തു.

പഴയൊരു സന്ദർഭം ഇതോടുചേർത്ത് ഓർത്തുപോകാതിരിക്കാൻ സാദ്ധ്യമല്ല. കുമാരനാശാന്റെ *വീണപൂവ്* വായിച്ചാസ്വദിച്ചതിന്റെ ഉത്സാഹത്തിൽ ആ ഖണ്ഡകാവ്യം സഹൃദയലോകത്തിന്റെ ശ്രദ്ധയിൽപ്പെടണമെന്ന് സി.എസ്. സുബ്രഹ്മണ്യൻ പോറ്റി ആഗ്രഹിച്ച സന്ദർഭമാണത്. നല്ലൊരു കുറിപ്പോടുകൂടി *വീണപൂവ്* വീണ്ടും ഭാഷാപോഷിണിയിൽ പ്രസിദ്ധം ചെയ്യിച്ചത് അദ്ദേഹമാണ്.

മലയാളകവിതയുടെ ചരിത്രത്തിന്റെ ഗതിയിൽ ദൂരവ്യാപകമായ മാറ്റം സൃഷ്ടിച്ച രണ്ടു മുഹൂർത്തങ്ങൾ. രണ്ടിലും കാർമ്മികനാകാനുള്ള *യോഗം* സി.എസ്. സുബ്രഹ്മണ്യൻ പോറ്റിക്കാണുണ്ടായത്.

ഓണേഴ്സിനു പഠിക്കുന്ന കാലത്ത് ലഹരിയോടുകൂടിയാണ് അയ്യപ്പപ്പണിക്കർ കവിതാസ്വാദനത്തിൽ മുഴുകിയത്. അക്കാലത്ത് ഷെല്ലിയുടെ കവിതയിലായിരുന്നു ഏറ്റവുമധികം കമ്പം. അതിൽ നിന്നുണ്ടായ ഉത്തേജനത്തിൽ രണ്ടു സ്നേഹിതന്മാരോടു ചേർന്ന്, ഒരൊഴിവുകാലത്ത്, കൊടൈക്കനാലിൽ പോവുകയും അവിടെയിരുന്ന് ഷെല്ലിയുടെ കവിതകൾ ആർത്തിയോടെ വായിച്ചു നുകരുകയും ചെയ്തു. സുഖകരമായ തണുപ്പിൽ മുഴുകിയിരിക്കുന്ന തടാകവും നാലുപാടും തുളുമ്പിനിൽക്കുന്ന പ്രകൃതിഭംഗിയും തമ്മിൽപ്പുണരുന്ന ആ അന്തരീക്ഷത്തിൽ ഒതുങ്ങിയിരുന്ന് ഷെല്ലിയുടെ വിഷാദമധുരമായ കവിതകളിൽ മുഴുകുക... അതിലെ സുഖം അനിർവ്വചനീയമാണ്.

ഓണേഴ്സ് പൂർത്തിയാക്കുന്നതിനു മുമ്പുതന്നെ ആംഗലഭാഷയിലെ ഇതരകവിതകളിലും ഭ്രമമുള്ളയാളായി അയ്യപ്പപ്പണിക്കർ മാറി. സാഹിത്യത്തിന്റെ പല ശാഖകളിലുമുള്ള കൃതികൾ വായിക്കാൻ തല്പരനാവുകയും ചെയ്തു. അതിനാൽ, സാഹിത്യപഠനത്തിൽ ഗൗരവമായി മുഴുകുന്ന ഒരു സാഹിത്യാരാധകനായാണ്, ഓണേഴ്സ് പരീക്ഷ

കഴിഞ്ഞ്, അയ്യപ്പപ്പണിക്കർ പുറത്തുവന്നത്. ആരാധനയിലധിഷ്ഠിതമായ സാഹിത്യപഠനം ജീവിതകാലം മുഴുവൻ അദ്ദേഹം തുടർന്നുപോന്നു. ഒഴുക്കൻമട്ടിലുള്ള സമീപനം സാഹിത്യത്തിന്റെ നേർക്കവലംബിക്കാൻ അയ്യപ്പപ്പണിക്കർക്ക് ഒരിക്കലും കഴിയുമായിരുന്നില്ല.

അതുകൊണ്ടാണ്, 1951–ൽ കോളേജദ്ധ്യാപകനായി ഉദ്യോഗം കിട്ടിയെങ്കിലും, പഠനത്തിൽ ഉയർന്ന ബിരുദങ്ങൾ നേടിയെടുക്കുന്നതിനുള്ള പരിശ്രമം തുടർന്നുകൊണ്ടിരുന്നത്. കവിതാരചന, സാഹിത്യാസ്വാദനം, സാഹിത്യപഠനം തുടങ്ങിയവയിൽ മുഴുകിക്കൊണ്ടാണ് അപ്രകാരം പരിശ്രമിച്ചുകൊണ്ടിരുന്നത്. സാമാന്യാധികമായ ബുദ്ധിശക്തിയും പ്രയത്നശീലവുമുള്ളതുകൊണ്ട് അതിൽ വിജയം വരിക്കാൻ അദ്ദേഹത്തിനു പ്രയാസമുണ്ടായില്ല. 1966–ൽ ഹൈദരബാദിലെ സി.ഐ.ഇ.എഫ്.എല്ലി.ൽ നിന്ന് ഇംഗ്ലീഷദ്ധ്യാപനത്തിൽ സർട്ടിഫിക്കറ്റ് കിട്ടി. അതിനുശേഷം അമേരിക്കയിൽ *ഫുൾബ്രൈറ്റ് ഫെല്ലോഷിപ്പി*നുള്ള സ്കോളർഷിപ്പിന് അപേക്ഷിച്ചു. അതുകിട്ടി. തുടർന്ന് 1969–ൽ അമേരിക്കയിലെ ഇൻഡ്യാനാ സർവ്വകലാശാലയിൽ പഠനഗവേഷണങ്ങൾക്കായി ചേർന്നു.

(ആ ഘട്ടത്തിൽ എനിക്കയച്ച ഒരു കത്തിൽ എം. ഗോവിന്ദൻ ഇങ്ങനെ കുറിച്ചിരുന്നു: *അയ്യപ്പപ്പണിക്കർ ഇൻഡ്യാനാ യൂണിവേഴ്സിറ്റിയിൽ ഗവേഷണത്തിന്. ഇൻഡ്യയും ആനയും ഒരുമിച്ചായതുകൊണ്ട് വേഗത്തിൽ ഡോക്ടറേറ്റെടുത്തു വരും...!)*

1969–70ൽതന്നെ എ.എം. ബിരുദം നേടി. അടുത്ത വർഷം (1971) ഡോക്ടറേറ്റും ലഭിച്ചു. അത്രവേഗത്തിൽ ഡോക്ടറേറ്റ് നേടിയവർ വളരെ ചുരുക്കം. റോബർട്ട് ലവൽ എന്ന കവിയായിരുന്നു ഗവേഷണ വിഷയം. ആ കവിയുടെ കവിതാലോകം ഏതെല്ലാം രീതികളിൽ വികാസം പ്രാപിച്ചുവെന്ന്, കാവ്യതത്ത്വങ്ങളുടെ അടിസ്ഥാനത്തിൽ അപഗ്രഥിച്ച്, സ്വന്തമായ നിഗമനങ്ങളോടുകൂടി അവതരിപ്പിക്കുന്ന ആ ഡോക്ടറേറ്റ് പ്രബന്ധത്തിന് അയ്യപ്പപ്പണിക്കർക്കു മാത്രമല്ല, അദ്ദേഹത്തിന്റെ ഗൈഡായിരുന്ന പ്രൊഫ. ഇ. ഗ്രോസ്സിനും പരീക്ഷകരുടെ പ്രത്യേകമായ പ്രശംസ ലഭിച്ചു.

പിന്നീട് 1981–82ൽ അമേരിക്കയിലെ *യേൽ, ഹാർവാഡ്* എന്നീ യൂണിവേഴ്സിറ്റികളിൽനിന്ന് എ.സി.എൽ.എസ്. ഫെല്ലോഷിപ്പോടെ പോസ്റ്റ് ഡോക്ടറൽ ബിരുദം നേടുന്നതിന് സഹായകമായത് ഡോക്ടറേറ്റ് പ്രബന്ധത്തിന്റെ ഗുണമേന്മയാണ്.

ഇന്ത്യയിലും വിദേശത്തുമുള്ള ഒന്നാംകിട യൂണിവേഴ്സിറ്റികളിൽ നിന്ന് അക്കാദമിക് ബഹുമതികൾ പലതും അസൂയാർഹമാംവിധം നേടിയെടുത്തതിനുശേഷവും അയ്യപ്പപ്പണിക്കരുടെ സംസാരത്തിലോ പെരുമാറ്റത്തിലോ ഭാഷയിലോ ഒരു മാറ്റവുമുണ്ടായില്ല. കുറച്ചുകാലം മാത്രം അമേരിക്കയിൽ കഴിഞ്ഞതിനുശേഷം മടങ്ങിവരുന്നവരിലധികം പേരും പ്രകടമാക്കുന്ന *സ്റ്റൈൽ* നമുക്കു പരിചിതമാണ്. ആ സ്റ്റൈലിൽ

അസ്വാഭാവികമായെന്തെങ്കിലുമുണ്ടെന്ന് ആരും കരുതാറില്ല. എന്നാൽ, അവിടെ നിന്നു ബിരുദങ്ങളും ബഹുമതികളുമാർജ്ജിച്ച പണിക്കർ ഹാൻഡ്‌ലൂം വേഷം ധരിച്ച്, തിരുവനന്തപുരം കാണാനെത്തിയ ഒരു കുട്ടനാടൻ ഗ്രാമീണന്റെ മട്ടിൽ നടക്കുന്നതു കണ്ടപ്പോൾ പലരിലും അദ്ഭുതമാണുണ്ടായത്! വിദേശത്ത് (അതും അമേരിക്കയിൽ!) താമസിക്കുകയും പഠിക്കുകയും ചെയ്തിട്ടും ഈ മനുഷ്യനിൽ എന്തുകൊണ്ടാണ് മാറ്റമൊന്നും കാണാത്തത്? ഈ ചോദ്യമാണ് വിസ്മയത്തിന്റെ കാതൽ.

നാഗരികതയുടെ ആർഭാടവും കൃത്രിമവുമായ അന്തരീക്ഷത്തിനു മാറ്റം വരുത്താൻ കഴിയാത്തത്ര അഗാധമായ പൈതൃകത്തിന്റെ സംസ്ക്കാരം ആ മനുഷ്യന്റെ ജന്മവത്തയുടെ അടിത്തറയാണെന്നറിയാൻ ഉത്താനബുദ്ധികൾക്കെങ്ങനെ കഴിയാനാണ്? പുരസ്കാരങ്ങളും ബിരുദങ്ങളും *നേടിക്കഴിഞ്ഞാലുടനെ ഞാൻ* എന്ന ഭാവത്തിൽ തെളിഞ്ഞു നടക്കുന്ന അപ്സ്റ്റാർട്ടുകളെയാണല്ലോ അവർ കണ്ടുശീലിച്ചിട്ടുള്ളത്.

യാതൊന്നും സംഭവിച്ചിട്ടില്ലാത്തതുപോലെ അയ്യപ്പപ്പണിക്കർ തന്റെ അദ്ധ്യാപകവൃത്തി തുടർന്നു. (നേരത്തേത്തന്നെ അദ്ദേഹം കേരള യൂണിവേഴ്സിറ്റിയുടെ ഇംഗ്ലീഷ് ഇൻസ്റ്റിറ്റ്യൂട്ടിൽ ചേർന്നു കഴിഞ്ഞിരുന്നു. അവിടെ നിന്ന് പ്രൊഫസറായി റിട്ടയർ ചെയ്തത് 1990 സെപ്തംബർ 30-നാണ്). അദ്ധ്യാപകനെന്ന നിലയിൽ കിടയറ്റ സേവനമാണ് അദ്ദേഹം അവസാനം വരെ കാഴ്ച വെച്ചത്. വിദ്യാർത്ഥിലോകം അദ്ദേഹത്തെ അതുല്യനായ അദ്ധ്യാപകനായി കാണുകയും ചെയ്തു. ഗവേഷണത്തിന്റെ ഗൈഡ് എന്ന നിലയിലും അദ്ദേഹം ഏവരുടെയും ബഹുമാനത്തിനു പാത്രമായിത്തീർന്നു. ഏതു വിഷയവും ഉൾക്കാഴ്ചയോടുകൂടി കാണാനും, ആ ഉൾക്കാഴ്ചയിലെത്തുന്നതിനുള്ള ശാസ്ത്രീയമാർഗ്ഗം നിർദ്ദേശിക്കാനും അദ്ദേഹത്തെപ്പോലെ കഴിയുന്നവർ വളരെ ചുരുക്കമാണ്.

അദ്ദേഹത്തിലെ ആ കഴിവ് ഇന്ത്യയിലെ പല യൂണിവേഴ്സിറ്റികളും തിരിച്ചറിയുകയും അംഗീകരിക്കുകയും ചെയ്തു. വിസിറ്റിങ് പ്രൊഫസറായി നിയമിച്ച് അദ്ദേഹത്തിന്റെ സേവനം അവർ ഉപയോഗപ്പെടുത്തി. വിദേശ സർവ്വകലാശാലകൾ പലതിലും അദ്ദേഹം വിസിറ്റിങ് പ്രൊഫസറായിരുന്നു.

ഇപ്രകാരം ഇന്ത്യയിലെങ്ങും പ്രശസ്തനായ അദ്ധ്യാപകനായിത്തീരുമ്പോഴും അയ്യപ്പപ്പണിക്കർ സാംസ്ക്കാരിക സേവനങ്ങൾ നിരന്തരം തുടർന്നുകൊണ്ടിരുന്നു. കോട്ടയം സി.എം.എസ്. കോളേജിലാണ് അദ്ദേഹം ലക്ചററായി ആദ്യം ചേർന്നത് (1951). അന്ന് ഇരുപത്തൊന്നു വയസ്സേ പ്രായമുള്ളൂ. ഒരു കൊല്ലത്തിനുശേഷം തിരുവനന്തപുരം എം.ജി. കോളേജിൽ ലക്ചററായി ചേർന്നു. അവിടെ അധികകാലം തുടർന്നില്ല. ഗവൺമെന്റ് സർവ്വീസിൽ നിയമനം കിട്ടിയതുകൊണ്ട് യൂണിവേഴ്സിറ്റി കോളേജിൽ ചേർന്നു (1952). പിന്നീട് 1965ൽ ഇംഗ്ലീഷ്

ഇൻസ്റ്റിറ്റ്യൂട്ടിൽ പ്രവേശിക്കുകയും റിട്ടയർമെന്റു വരെ അവിടെ തുടരുകയും ചെയ്തു. (അതെപ്പറ്റി നേരത്തേ പ്രസ്താവിച്ചു കഴിഞ്ഞു). ബിരുദാനന്തരബിരുദ ക്ലാസ്സുകളിൽ പഠിപ്പിക്കുന്നതിലും ഗവേഷണ വിദ്യാർത്ഥികളെ ഗൈഡ് ചെയ്യുന്നതിലും അദ്ദേഹം ചുമതലാബോധം പുലർത്തുക മാത്രമല്ല, കർക്കശ സ്വഭാവം കാണിക്കുക കൂടി ചെയ്തിരുന്നു. ഗവേഷണത്തിന്റെ ശിക്ഷണങ്ങൾക്കു വഴങ്ങാൻ വിദ്യാർത്ഥികളെ നിർബ്ബന്ധിക്കുന്ന കാര്യത്തിൽ അദ്ദേഹം വിട്ടുവീഴ്ചയ്ക്കു തയ്യാറായിരുന്നില്ല. നിർദ്ദേശങ്ങൾ അക്ഷരംപ്രതി പാലിക്കുന്നവർക്ക് അയ്യപ്പപ്പണിക്കർ ദേവതുല്യനായ മാർഗ്ഗദർശിയായിരുന്നു. എത്രയോ വിദ്യാർത്ഥികൾക്കാണ് അതിന്റെ ഗുണഫലം ലഭിച്ചത്!

യൂണിവേഴ്സിറ്റി കോളേജിൽ ലക്ചററായി ജോലി ചെയ്യുന്ന കാലത്ത് അയ്യപ്പപ്പണിക്കർ *കവിതാസമിതി* എന്നൊരു പ്രസ്ഥാനത്തിന്റെ സജീവ പ്രവർത്തകനായിരുന്നു. (കവിതാരചന തുടർന്നിരുന്നെങ്കിലും ചുരുക്കം കൃതികൾ മാത്രമേ പ്രസിദ്ധം ചെയ്തുള്ളൂ.) ജി. കുമാരപിള്ള, ജി. ശങ്കരപ്പിള്ള, എൻ. കൃഷ്ണപിള്ള മുതലായവരോടു ചേർന്നാണ് ആ സമിതിയുടെ പ്രവർത്തനം രചനാത്മകമായി തുടർന്നത്. ഓരോ വർഷവും ഓരോ കാവ്യപ്രമേയം സ്വീകരിക്കുക, അതിന്റെ വിവിധ വശങ്ങളെക്കുറിച്ച് പ്രബന്ധങ്ങൾ തയ്യാറാക്കാൻ അതിനു യോഗ്യതയുള്ളവരെ ചുമതലപ്പെടുത്തുക; ഇതായിരുന്നു കവിതാസമിതിയുടെ കർമ്മപരിപാടി. വി.ജെ.ടി. ഹാളിലാണ് ആ പരിപാടി വർഷംതോറും നടന്നുപോന്നത്. *കാവ്യോത്സവം* എന്നാണ് പേരു നൽകിയിരുന്നതെങ്കിലും ഗൗരവമുള്ള കവിതാപഠനങ്ങളും കവിതാചിന്തകളുമാണ് അതിൽ അവതരിപ്പിക്കപ്പെട്ടിരുന്നത്. നമ്മുടെ നാടൻപാട്ടുകളെക്കുറിച്ചും എഴുത്തച്ഛൻ, വള്ളത്തോൾ, ചങ്ങമ്പുഴ മുതലായവരെക്കുറിച്ചുമവതരിപ്പിച്ച പ്രബന്ധങ്ങൾ പിന്നീട് ഗ്രന്ഥരൂപത്തിൽ പ്രകാശിതമായി.

ഓരോ ചടങ്ങിലും കവിതാലാപനത്തിനു പ്രാധാന്യം നൽകിയിരുന്നു. പ്രാചീന കവിതകൾ മുതൽ ആധുനിക കവിതകൾ വരെ ആലപിക്കപ്പെട്ടും പോന്നു.

വിദ്യാർത്ഥികളടങ്ങുന്ന നല്ലൊരു സദസ്സ് ആ ചടങ്ങുകളിൽ ഉത്സാഹപൂർവ്വം പങ്കെടുത്തുപോന്നു എന്ന വസ്തുത പ്രത്യേകം എടുത്തു പറയേണ്ടതാണ്.

പിന്നീട്, ഓരോ വർഷത്തെയും പ്രധാന കവിതകൾ തെരഞ്ഞെടുത്ത്, പഠനാർഹമായ അവതാരികയോടുകൂടി, പ്രസിദ്ധീകരിക്കാനും കവിതാസമിതി മുതിർന്നു. കവിതാസ്വാദകർക്കും കവിതാവിദ്യാർത്ഥികൾക്കും ആ സമാഹാരങ്ങൾ ഒട്ടൊന്നുമല്ല ഉപകരിച്ചത്.

അന്ന് കവിത കേരളീയ പൊതുജീവിതത്തിന്റെ ഭാഗമായിരുന്നു. കവിതയില്ലാത്ത ലോകം, അതെക്കുറിച്ചാലോചിക്കാനേ കഴിയുമായിരുന്നില്ല.

കാവ്യസംസ്ക്കാരത്തിന്റെ അന്തരീക്ഷം ഇപ്രകാരം സൃഷ്ടിക്കുന്നതിൽ മുഖ്യമായ പങ്കുവഹിച്ചത് കവിതാസമിതിയാണ്. അതിനുവേണ്ടി അണിയറയ്ക്കുള്ളിൽ പ്രവർത്തിച്ചതോ? തുച്ഛമായ ശമ്പളം മാത്രം കിട്ടിയിരുന്ന ജി. കുമാരപിള്ളയും അയ്യപ്പപ്പണിക്കരും അവർക്ക് എൻ. കൃഷ്ണപിള്ള സാറിനെപ്പോലെ തലയെടുപ്പുള്ള ഒരു ഗുരുവിന്റെ സഹകരണം എപ്പോഴും ലഭിച്ചിരുന്നു, വിദ്യാർത്ഥിലോകം അത്യുത്സാഹപൂർവ്വമാണ് കവിതാസമിതിയുടെ പരിപാടികളിൽ പങ്കെടുത്തത്. അവർ സന്നദ്ധസേവകരായി ഉപകരിക്കുകയും ചെയ്തു.

ആരംഭഘട്ടത്തിൽ സി.ജെ. തോമസ് കവിതാസമിതിയുടെ പിന്നിലുണ്ടായിരുന്നു. താമസം എറണാകുളത്തേക്കു മാറ്റിയതു മൂലം അദ്ദേഹത്തിന് കവിതാസമിതിയുടെ പ്രവർത്തനങ്ങളിൽ പങ്കെടുക്കാൻ സാധിക്കാതായി. എങ്കിലും, കത്തുകളിലൂടെയും ഇടയ്ക്കിടെ നേരിൽ കണ്ടും, അദ്ദേഹം അതിന്റെ ഭാഗമായി തുടർന്നു. *ചങ്ങമ്പുഴക്കവിത* എന്ന ഗ്രന്ഥത്തിൽ അദ്ദേഹത്തിന്റെ പ്രബന്ധമുണ്ട്.

കവിതാസമിതി സാവധാനത്തിൽ പ്രവർത്തനരഹിതമായി. അതുപോലുള്ള ഒരു പ്രസ്ഥാനത്തിന് എക്കാലത്തും പ്രവർത്തനം തുടരാൻ സാദ്ധ്യമല്ല. (അതിന്റെ കാരണങ്ങൾ വിശകലനം ചെയ്യേണ്ട സന്ദർഭം ഇതല്ല.) എങ്കിലും പ്രവർത്തനത്തിന്റെ സ്മാരകമായി ലേഖനസമാഹാരങ്ങളും കവിതാസമാഹാരങ്ങളുമായി ഏതാനും ഗ്രന്ഥങ്ങൾ മലയാളത്തിനു കിട്ടിയിട്ടുണ്ട്. ആ രീതിയിലുള്ള പ്രവർത്തനങ്ങളിൽനിന്ന് അയ്യപ്പപ്പണിക്കർ ഒരിക്കലും പിന്മാറിയില്ല. അതിനു പ്രേരകമായ കൂട്ടുകെട്ടുകൾ അദ്ദേഹത്തിനുണ്ടായിരുന്നു. സി.ജെ. തോമസ്, എം. ഗോവിന്ദൻ, ജി. ശങ്കരപ്പിള്ള, സി.എൻ. ശ്രീകണ്ഠൻനായർ, കാവാലം നാരായണപ്പണിക്കർ, കെ.എസ്. നാരായണപ്പിള്ള, എ.എൻ. നമ്പ്യാർ മുതലായവർ ആ കൂട്ടുകെട്ടിലെ കണ്ണികളായി പ്രവർത്തിച്ചു. (ഇതെഴുതുന്ന ഞാനും അതിന്റെ ഭാഗമായിരുന്നു എന്ന് കൃതാർത്ഥതയോടുകൂടി ഓർമ്മിക്കുന്നു.) അവരുടെ രാഷ്ട്രീയാഭിമുഖ്യങ്ങൾ ഒരേ രീതിയിലായിരുന്നില്ല. സാഹിത്യം, സമൂഹം എന്നീ മേഖലകളുടെ നേർക്ക് പല രീതിയിലുള്ള സമീപനങ്ങളാണ് അവർ അവലംബിച്ചതും. വ്യക്തിത്വത്തിൽ നിന്നുണ്ടാകുന്ന ഭിന്നതകൾ എപ്പോഴും നിലനിൽക്കുക തന്നെ ചെയ്തു. എങ്കിലും, മനുഷ്യൻ എന്ന പദത്തിന്റെ മഹനീയത, ആ മഹനീയത നിലനിർത്തുന്നതിൽ സ്വതന്ത്രചിന്തയ്ക്കും കലയ്ക്കും സാഹിത്യത്തിനുമുള്ള പങ്ക് മുതലായ കാര്യങ്ങളിൽ അവരെല്ലാവരും യോജിച്ചിരുന്നു. വിശാലമായ അർത്ഥത്തിൽ അതൊരു സാഹോദര്യമായിരുന്നു എന്നു പറയാം. ഉദ്യോഗവും സ്വന്തമായ വരുമാനവും മറ്റും വേണ്ടെന്നു വച്ച് നിത്യസഞ്ചാരിയായി അലയുന്നതിലും യുവചേതനയെ ആദർശോന്മുഖമായി ഉണർത്തുന്നതിലും സാഫല്യമനുഭവിച്ച എം. ഗോവിന്ദനാണ് സമാനമനസ്സുകളെ ഏകോപിപ്പിക്കുന്നതിലും കർമ്മനിരതമാക്കുന്നതിലും ഏറ്റവും വലിയ പങ്കു വഹിച്ചത്. അദ്ദേഹത്തിനെതിരെ ഉയർന്ന ആരോപണങ്ങൾക്കു

കണക്കില്ല. (രാജ്യം കേരളമല്ലേ?) അവയ്ക്കതീതനായി വർത്തിക്കുന്ന ഒരു മനസ്സായിരുന്നു അദ്ദേഹത്തിന്റേത്. നവീനാശയങ്ങളുമായി സല്ല പിക്കുന്നതിൽ അഭിരമിച്ചുപോന്ന ആ മനസ്സ് ചിന്താശീലരായ യുവാക്കളെ (മുതിർന്നവരെയും) എപ്പോഴും ആകർഷിച്ചുകൊണ്ടിരുന്നു, സ്നേഹബന്ധങ്ങളിലും അദ്ദേഹം ആദരാർഹമായ നിലവാരമാണു പുലർത്തിയത്.

ആ വിശുദ്ധ സംഘവുമായി ബന്ധപ്പെട്ടിരുന്നതുമൂലം അയ്യപ്പപ്പണിക്കർക്ക് തന്റെ സാംസ്കാരികസേവനം നിരന്തരം തുടരാൻ എപ്പോഴും അവസരങ്ങൾ ലഭിച്ചുപോന്നു. ആ അവസരം രചനാത്മകമായി, പൊതുസംസ്ക്കാരത്തിനുതകുന്ന രീതിയിൽ, ഉപയോഗപ്പെടുത്താൻ അദ്ദേഹം സന്നദ്ധനുമായിരുന്നു (ആ സന്നദ്ധതയ്ക്ക് ഏറെ പ്രാധാന്യമുണ്ട്.)

സി.ജെ. തോമസ് 1960–ൽ മരണമടഞ്ഞ സന്ദർഭം ഞാൻ ഓർമ്മിച്ചുപോകുന്നു. സൂര്യരശ്മിപോലുള്ള ചിന്തകളും നിലവാരമുള്ള നാടകങ്ങളും സാംസ്കാരികലോകത്തിനു സംഭാവന ചെയ്ത അദ്ദേഹത്തിന് അന്ന് നാല്പത്തിരണ്ടു വയസ്സേ പ്രായമുള്ളൂ. ആ അകാലവിയോഗം സ്നേഹിതരെ എത്രത്തോളം വേദനിപ്പിച്ചു എന്നു പറയാൻ വാക്കുകളില്ല. വേദന ഒന്നടങ്ങിയപ്പോൾ അവർ ഒരുമിച്ചുചേർന്നു.

അയ്യപ്പപ്പണിക്കരും ഞാനും അതിലുണ്ടായിരുന്നു.

സി.ജെ. തോമസും അയ്യപ്പപ്പണിക്കരും ഞാനും ഒന്നിച്ചിരുന്നു സംസാരത്തിൽ മുഴുകിയ സന്ദർഭങ്ങൾ നിരവധിയാണ്. അനേകം പുസ്തകങ്ങൾ അതിൽ ചർച്ചാവിഷയങ്ങളായതോർക്കുന്നു. ചെക്കോസ്ലാവാക്കിയയിലെ കാറൽ ചാപ്പക്ക്, ജോസഫ് ചാപ്പക്ക് എന്നീ സഹോദരന്മാർ സംയുക്തമായെഴുതിയ Life of Insects എന്ന നാടകം അതിലൊന്നായിരുന്നു. അതുൾപ്പെടുന്ന ഒരു നാടകസമാഹാരകൃതി അയ്യപ്പപ്പണിക്കർക്ക് ഇംഗ്ലണ്ടിലുള്ള ഒരു സ്നേഹിതനാണയച്ചു കൊടുത്തത്. അതിലൊന്നായ Life of Insects പണിക്കരെ പ്രത്യേകം വശീകരിച്ചു. അത് സി.ജെ. തർജ്ജമ ചെയ്യണമെന്ന് പണിക്കർ നിർദ്ദേശിച്ചു. സി.ജെ.യ്ക്കു മാത്രമേ അതുപോലൊരു നാടകം മലയാളത്തിലേക്കു വിവർത്തനം ചെയ്യാൻ സാധിക്കുകയുള്ളൂ എന്ന് തുടർന്നുപറയുകയും ചെയ്തു. പുസ്തകം ഉടനെതന്നെ സി.ജെ.യെ ഏല്പിക്കാനും പണിക്കർ തിടുക്കം കാട്ടി. (*കീടജന്മം* എന്ന പേരിൽ അതിന്റെ പരിഭാഷ കണ്ടപ്പോൾ എനിക്കു ബോദ്ധ്യമായി, സി.ജെ. തോമസ്സിനു മാത്രമേ അതുപോലൊരു നാടകം അതിന്റെ മർമ്മം ചോർന്നുപോകാതെ പരിഭാഷപ്പെടുത്താൻ കഴിയൂ എന്ന്.)

അന്ന് (തൊള്ളായിരത്തിഅമ്പതുകളിലാണെന്നു തോന്നുന്നു) അയ്യപ്പപ്പണിക്കർ തിരുവനന്തപുരത്ത് ഒരു ലോഡ്ജിലാണ് താമസിച്ചിരുന്നത്. സംഗീതം കേൾക്കാനുള്ള *ഉപകരണം* മേശപ്പുറത്തുവച്ചിരുന്നു. സംഗീതം കേൾക്കുന്നതിലും കേൾപ്പിക്കുന്നതിലും വലിയ കമ്പമായിരുന്നു.

ബിസ്മില്ലാഖാന്റെ ഷെഹനായി സംഗീതമുൾപ്പെടെ പലതരം സംഗീതം ഞങ്ങളെ കേൾപ്പിക്കാൻ പണിക്കർ ഉത്സാഹം കാണിച്ചു. (പെയിന്റിങ് ആൽബവും മേശപ്പുറത്തിരിക്കുന്നതു കണ്ടു.) അതൊക്കെയും സംസാരവിഷയമായി.

സി.ജെ. തോമസ്സും പണിക്കരും തമ്മിലുള്ള ബന്ധം ആഴമുള്ളതായിരുന്നു; പല തുറകളിലും ഒരേപോലെ താത്പര്യമുള്ളതു മൂലം.

സി.ജെ.യുടെ അകാലവിയോഗത്തിൽ അയ്യപ്പപ്പണിക്കർക്ക് അനുഭവപ്പെട്ട നഷ്ടബോധത്തിന്റെ സ്വഭാവം ഇതിൽനിന്ന് ഊഹിക്കാം. അതിന്റെ അടിസ്ഥാനത്തിലാണ് സുഹൃത്തുക്കളായ ഞങ്ങൾ ഒത്തുചേർന്നത്. ഡി.സി. കിഴക്കേമുറിയും അതിലുണ്ടായിരുന്നു. ആ ഒത്തുചേരലിൽ നിന്ന് മൂന്നു ആശയങ്ങൾ ഉരുത്തിരിഞ്ഞുവന്നു. ഉടനെത്തന്നെ ഒരനുസ്മരണ സമ്മേളനം എറണാകുളത്തു നടത്തുക എന്നതാണൊന്ന്. സി.ജെ. തോമസ് എന്ന സങ്കീർണ്ണ വ്യക്തിത്വത്തിന്റെ വിവിധ വശങ്ങളെക്കുറിച്ചു പ്രതിപാദിക്കുന്ന പ്രബന്ധങ്ങൾ അതിലവതരിപ്പിക്കണം. ആ ആശയം ഉടനടി നടപ്പാക്കാനുള്ള പ്രാരംഭനടപടികൾ അപ്പോൾത്തന്നെ തുടങ്ങുകയും ചെയ്തു. രണ്ടാമത്തേത്, സി.ജെ.യുടെ കുടുംബത്തിനുവേണ്ടി ഒരു നിധി സമാഹരിക്കുക എന്ന ആശയമാണ്. അതവതരിപ്പിച്ചതും അതിന്റെ പ്രായോഗികരീതി ആവിഷ്കരിച്ചതും ഡി.സി. കിഴക്കേമുറിയാണ്. (അതുകൊണ്ടുതന്നെ അതു വിജയിക്കുകയും ചെയ്തു.) കൂത്താട്ടുകുളത്തുവച്ച് ഓരോ വർഷവും സി.ജെ. സ്മാരക പ്രസംഗങ്ങൾ നടത്തുക എന്ന മൂന്നാമത്തെ ആശയം പണിക്കരിൽ നിന്നാണുണ്ടായത്. അതിനാവശ്യമായ സംവിധാനമുണ്ടാക്കാൻ ഒരു പ്രത്യേക ദിവസം കൂത്താട്ടുകുളത്തു ചെല്ലണമെന്ന് എന്നോടു പറഞ്ഞിട്ടാണ് പണിക്കർ പോയത്.

നിശ്ചിത ദിവസം ഞാൻ കൂത്താട്ടുകുളത്തെത്തിയപ്പോൾ അയ്യപ്പപ്പണിക്കരാണ് നിറഞ്ഞ ചിരിയോടുകൂടി എന്നെ സ്വാഗതം ചെയ്തത്. സി.എൻ. കുട്ടപ്പൻ എന്ന ഭാഷാദ്ധ്യാപകൻ അതിനേക്കാൾ ഉത്സാഹത്തോടെ സമീപത്തു നിൽക്കുന്നു. അപ്പോൾതന്നെ *സി.ജെ. സ്മാരക പ്രസംഗ സമിതി* രൂപം പൂണ്ടു. പഴയ *കവിതാസമിതി*യുടെ പ്രവർത്തനം മറ്റൊരു രീതിയിൽ ആവിഷ്കരിക്കാൻ തീരുമാനവുമെടുത്തു.

മറ്റൊരു രീതിയിലെന്നു പറഞ്ഞാൽ? പ്രസംഗത്തിന് സാഹിത്യേതരമായ വിഷയവും തെരഞ്ഞെടുക്കാമെന്നത് ഒരു വ്യത്യാസം. (പല വിഷയങ്ങളിലും സി.ജെ. തല്പരനായിരുന്നല്ലോ.) പ്രസംഗങ്ങൾ കേൾക്കുന്നതിനു ഒരുറുപ്പികയുടെ *പാസ്* വാങ്ങണമെന്നു നിബന്ധനവയ്ക്കരുതോ? വയ്ക്കാമെന്നു നിശ്ചയിച്ചു. അങ്ങനെയാണ് ഓരോ സമ്മേളനവും നടത്തിയത്. ആദ്യ സമ്മേളനത്തിലെ വിഷയം *നാടകം* ആയിരിക്കണമെന്നും തീരുമാനിച്ചു.

ആദ്യത്തെ സമ്മേളനം തന്നെ വിജയമായിരുന്നു. ഒരുറുപ്പികയുടെ പാസെടുത്ത് ധാരാളമാളുകൾ അതിൽ സംബന്ധിച്ചു. നാടകം എന്ന

പ്രമേയത്തിന്റെ വിവിധവശങ്ങളെക്കുറിച്ചു തയ്യാറാക്കിയ പ്രബന്ധങ്ങൾ പ്രസംഗകരേവരും ചുമതലാബോധത്തോടുകൂടി അവതരിപ്പിച്ചു. (ചപ്പടാച്ചികളുണ്ടായില്ലെന്നർത്ഥം). വൈകാതെ, *നാടകം ഒരു പഠനം* എന്ന പേരിൽ പ്രബന്ധങ്ങൾ പുസ്തകരൂപത്തിൽ പ്രകാശിതമായി.

സി.എൻ. കുട്ടപ്പൻ എന്ന ഭാഷാദ്ധ്യാപകന്റെ സ്വാധീനശക്തിയും സംഘടനാവൈഭവവും സമർപ്പണബുദ്ധിയുമാണ് ഈ വിജയത്തിന്റെ മുഖ്യകാരണമെന്നുപറയാം. എങ്കിലും, സ്മാരകപ്രസംഗസമിതിയുടെ പ്രവർത്തനത്തിന് ദിശാബോധം നൽകുന്നതിൽ അയ്യപ്പപ്പണിക്കരാണ് ഏറെ സംഭാവന നൽകിയത്. സമിതി പ്രവർത്തനനിരതമായിരുന്ന ഘട്ടത്തിൽ അദ്ദേഹം പലനിലകളിൽ സഹകരണം നൽകിക്കൊണ്ടിരുന്നു. അതുപോലൊരു സാംസ്ക്കാരിക സേവനപരിപാടി കേരളത്തിൽ മറ്റൊരിടത്തും നടത്തിയിട്ടില്ല.

സി.ജെ. തോമസ്സും, എം. ഗോവിന്ദനുമായുള്ള ബന്ധമാണ് *ഗോപുരം* എന്ന ദ്വൈമാസികയുമായി അയ്യപ്പപ്പണിക്കരെ ബന്ധപ്പെടുത്തിയത്. 1957 ജനുവരിയിൽ അതു പ്രകാശനമാരംഭിച്ചു. മാസികയുടെ ഒന്നാം ലക്കത്തിൽ തന്നെ ഒരു ഇറ്റാലിയൻ കവിയുടെ ചില കവിതകൾ പരിഭാഷപ്പെടുത്തി പണിക്കർ സംഭാവന ചെയ്തു. ലിയോപ്പാർഡി (Giacomo Leopardi 1798-1837) എന്ന കവിയെയാണ് അദ്ദേഹം പരിഭാഷയ്ക്കു തിരഞ്ഞെടുത്തതെന്ന വസ്തുത ശ്രദ്ധിക്കേണ്ടതാണ്.

റൊമാന്റിക് കാലാവസ്ഥയിലും ക്ലാസിക് മൂല്യങ്ങളോട് ആഭിമുഖ്യം പുലർത്തിയ കവിയാണ് ലിയോപ്പാർഡി. ആഭിമുഖ്യത്തിന്റെ സ്വാധീനം അദ്ദേഹത്തിന്റെ കവിതകളുടെ രൂപശില്പത്തികവിൽ പ്രകടമാണ്. വ്യഥിതചിന്തകളും ഗഹനചിന്തകളും ആ കവിതകളിൽ സമ്മേളിക്കുന്നു. പ്രൗഢമായ ആശയങ്ങളാവിഷ്ക്കരിക്കുന്ന അദ്ദേഹത്തിന്റെ പ്രബന്ധങ്ങൾ കരുത്തുള്ള ഗദ്യത്തിന്റെ ദൃഷ്ടാന്തങ്ങളായി വിമർശകർ കാണുന്നു. അയ്യപ്പപ്പണിക്കരുടെ ഗദ്യശൈലിയെക്കുറിച്ചും അതു പരമാർത്ഥമാണല്ലോ. ആഴമേറിയതും ഗഹനവുമായ വിഷാദാത്മകത്വം ലിയോപ്പാർഡി കവിതകളുടെ തീക്ഷ്ണഗന്ധമാണ്. പണിക്കരുടെ കവിതകളിലെ അടിയൊഴുക്കായ ശോകം അതിനോടു ബന്ധപ്പെട്ടതാണ്. പണിക്കരുടെ ഫലിതം പോലും ദുഃഖത്തിന്റെ കയത്തിൽ നിന്നു പൊങ്ങി വരുന്ന കുമിളകളല്ലേ? പല സാദൃശ്യങ്ങളും ഇരുവർക്കും തമ്മിലുണ്ടെന്ന് സൂക്ഷ്മതയോടെ വായിക്കുന്നവർക്കു കാണാവുന്നതാണ്.

ലിയോപ്പാർഡിയുടെ കവിതകളിൽ ഏറ്റവും പ്രസിദ്ധവും ദാർശനിക സ്വഭാവമുള്ളതുമായ *അനന്തത*(Infinity)യാണ് ആദ്യമായി പണിക്കർ പരിഭാഷപ്പെടുത്തിയിരുന്നത്. അനന്തവിശാലതയിലെ മാനുഷബദ്ധമല്ലാത്ത മൂകതയും, മൂകാത്മ ചിന്തകൾ മുങ്ങി മരിക്കുന്ന അപാരതയും അഭിമുഖീകരിക്കുമ്പോൾ കവിക്ക് ഒന്നേ പറയാനുള്ളൂ:

ഇക്കടൽത്തട്ടിൽ തകർന്നു താഴുന്നൊരു
കപ്പലായ് മുങ്ങിമരിക്കുന്നതും സുഖം

ഇപ്രകാരം, വ്യഥയാലസ്വസ്ഥനായ് നിദ്രയെപ്പുണരാതെ കിടക്കയിൽ കഴിയുന്ന ഒരാത്മാവിന്റെ ദർശനമാണ് ആ കവിത. അത്യന്തം ഹൃദ്യമായി പരിഭാഷയാണെന്നു തോന്നാത്ത ഒഴുക്കോടുകൂടി പണിക്കർ അതിന്റെ പരിഭാഷ നിർവ്വഹിച്ചിരിക്കുന്നു.

പല ലക്കങ്ങളിലായി *ഗോപുര*ത്തിൽ ഹൈനെ (ജർമ്മനി), പുഷ്കിൻ (റഷ്യ) തുടങ്ങിയവരുടെ കവിതകളും പണിക്കരുടെ പരിഭാഷകളായി ചേർത്തിരുന്നു. അക്കൂട്ടത്തിൽ എനിക്ക് ഏറ്റവും ഇഷ്ടപ്പെട്ടതു ബോദ്‌ലയർ എന്ന ഫ്രഞ്ചുകവിയുടെ കവിതകളാണ്. പരാവർത്തനം ചെയ്ത് കൃത്യമായി അർത്ഥം പറയാൻ പ്രയാസമുള്ള (പലപ്പോഴും സാധിക്കാത്ത) രീതിയിലാണ് ബോദ്‌ലയർ കവിതകൾ രചിച്ചിരുന്നത്. നാഗരികതയുടെ ആന്തരികാനുഭവങ്ങളുടെ സ്വപ്നാത്മകമായ ആവിഷ്ക്കരണങ്ങളാണവ; അതീന്ദ്രിയാനുഭൂതികൾ ആ അനുഭവങ്ങളുടെ ഭാഗം. പ്രത്യേകരീതിയിലുള്ള പദസംയോഗങ്ങളും ബിംബങ്ങളും പ്രതീതികളും പ്രയോഗിച്ചാണ് ആവിഷ്ക്കരണം നിർവ്വഹിച്ചിരിക്കുന്നത്. അങ്ങനെയുള്ള കവിതകൾ വായിച്ചാസ്വദിക്കാം, ഉൾക്കൊള്ളാം, സ്വന്തം സ്വന്തമായ രീതികളിൽ വ്യാഖ്യാനിക്കാം എന്നല്ലാതെ പരിഭാഷപ്പെടുത്താൻ പ്രയാസമാണ്. ആ പ്രയാസം തരണം *ചെയ്തു*കൊണ്ടാണ് പണിക്കർ സ്വച്ഛന്ദമെന്നു തോന്നിക്കുന്ന രീതിയിൽ ഏതാനും ബോദ്‌ലയർ കവിതകൾ പരിഭാഷപ്പെടുത്തി *ഗോപുര*ത്തിനു നൽകിയത്. വളരെയേറെ സമയവും ക്ലേശവും അതിനുവേണ്ടി എടുക്കേണ്ടിവന്നു എന്ന് അദ്ദേഹം എന്നോടു പറഞ്ഞിട്ടുണ്ട്.

ബോദ്‌ലയറിന്റെ *Correspondence* എന്ന കവിത ചങ്ങമ്പുഴ പരിഭാഷപ്പെടുത്തിയിട്ടുണ്ട്. അദ്ദേഹത്തിന്റെ *സാഹിത്യചിന്തകൾ* എന്ന കൃതിയിൽ അതു കാണാം. സാഹിത്യതത്ത്വപരമായ ഒരു പ്രബന്ധം രചിച്ചുകൊണ്ടിരുന്നപ്പോൾ, ആശയം വിശദീകരിക്കുന്നതിന് ആ കവിത എനിക്കാവശ്യമായി വന്നു. അങ്ങനെ ചങ്ങമ്പുഴയുടെ പരിഭാഷ പരിശോധിച്ചപ്പോൾ അതിലെ അപര്യാപ്തകൾ എന്റെ ശ്രദ്ധയിൽപ്പെട്ടു. ഇംഗ്ലീഷിലുള്ള രണ്ടു പരിഭാഷകളും അവയുടെ പരാവർത്തനങ്ങളും ഞാൻ വായിച്ചിരുന്നതുകൊണ്ടാണ് അപ്രകാരം ശ്രദ്ധിക്കാനിടയായത്. ഇതെക്കുറിച്ച് അയ്യപ്പപ്പണിക്കരോട് ഞാൻ ചോദിച്ചു. പുതിയ ഒരു പരിഭാഷ ചെയ്തുകൂടേ എന്നും ഞാൻ ചോദിച്ചു. അപ്പോൾ, അദ്ദേഹം നൽകിയ മറുപടി ഇപ്രകാരമാണ്:

ആ കവിതയുടെ ഭാവം ഉൾക്കൊള്ളാവുന്നവിധം നമ്മുടെ കാവ്യഭാഷ വളർന്നിട്ടില്ല!

നമ്മുടെ കാവ്യഭാഷയ്ക്ക് അഭൂതപൂർവ്വമായ വളർച്ച നൽകിയ കവിയിൽ നിന്നും പുറപ്പെട്ട ആ അഭിപ്രായം എന്നിൽ ആദരവുളവാക്കി.

പരിഭാഷകളിൽക്കൂടി അയ്യപ്പപ്പണിക്കർ മലയാളത്തിനു നൽകിയ സംഭാവന പഠനവിധേയമാക്കേണ്ട ഒരു പ്രമേയമാണ്. ആ മനുഷ്യന്റെ നിലീനഗുണങ്ങളും കവിത്വസിദ്ധികളും ഒരു പോലെ വിശദമാക്കാൻ ആ പഠനം ഉപകരിക്കുമെന്ന കാര്യം തീർച്ചയാണ്.

അയ്യപ്പപ്പണിക്കരുടെ പ്രവർത്തനമേഖലകളെക്കുറിച്ച് പ്രതിപാദിക്കുന്നതിനിടയ്ക്കാണ് പരിഭാഷകളെപ്പറ്റി പരാമർശിക്കാനിടയായത്. നമുക്ക് പ്രതിപാദനത്തിലേക്കു മടങ്ങാം.

ആറു ലക്കങ്ങൾ പ്രകാശിപ്പിച്ച് ഒരു വർഷം പൂർത്തിയാക്കിയതിനു ശേഷം *ഗോപുരം* നിലച്ചു. പിന്നീട്, എം. ഗോവിന്ദൻ *സമീക്ഷ*യിലേക്ക് തിരിഞ്ഞു. (*കൊച്ചുമാസിക* എന്ന ആശയത്തിന് അദ്ദേഹം എത്രയേറെ അർത്ഥമാനങ്ങൾ നൽകിയിരുന്നുവെന്ന് ആലോചിക്കുമ്പോൾ ഏവരും വിസ്മയാധീനരാകുമെന്ന് തീർച്ച.) ഒരു പുതിയ സംരംഭത്തിനും പണിക്കർ സഹകരണം നൽകി. തുടർന്ന്, കവിതയ്ക്കു മുൻതൂക്കം നൽകി കൊണ്ട് അദ്ദേഹം തന്നെ *കേരളകവിത* എന്ന പ്രസിദ്ധീകരണത്തിലേക്കു തിരിഞ്ഞു.

അങ്ങനെ തിരിയുന്നതിനുള്ള സാഹചര്യമൊരുക്കിയത് കവിതാസ്വാദകരുടെ സംഖ്യ കുറഞ്ഞു വരുന്നു എന്ന വസ്തുതയാണ്; നവീന കവിതയുടെ വരവും എന്തുകൊണ്ടു കുറഞ്ഞു എന്നതിനെക്കുറിച്ച് ഇവിടെ പര്യാലോചിക്കേണ്ടതില്ല. പുതിയ കവിത (ആധുനിക കവിത) ആവിർഭവിക്കുകയും ഭാവുകത്വത്തിനു വികാസമുണ്ടാവുകയും ചെയ്തു എന്നതാണു പ്രസക്തം. അയ്യപ്പപ്പണിക്കരുടെ *കുരുക്ഷേത്രം* 1960–ലാണ് *ദേശബന്ധു* വാരികയിൽ പ്രകാശിതമായതെങ്കിലും, അതിനു മുമ്പു തന്നെ അത് സംസാരവിഷയമായിക്കഴിഞ്ഞിരുന്നു. കൈയ്യെഴുത്തുപ്രതി വായിക്കാനിടയായവർ അതു പകർത്തിയെടുത്ത്, ചെറിയ ചെറിയ സദസ്സുകളിൽ പ്രചരിപ്പിച്ചുപോന്നു. നവീനതയുടെ നേർക്ക് ആഭിമുഖ്യമുള്ള സദസ്സുകളിൽ സ്വന്തമായ കവിതാചൈതന്യത്തിന്റെ ഗുണത്താൽ അതു പ്രചരിച്ചുപോന്നു എന്നുപറയുകയാണ് ശരി.

കവിതയ്ക്കു പ്രചാരം കുറഞ്ഞെങ്കിലും കവിതാസ്വാദകരുടെ സംഖ്യയ്ക്കു കാര്യമായ കുറവുണ്ടായില്ല. അവരിലൊരു വിഭാഗത്തിൽ നവീനഭാവുകത്വം രൂപം പ്രാപിച്ചുകഴിഞ്ഞിരുന്നു. അപ്പോൾ കവിതയ്ക്ക് കേന്ദ്രസ്ഥാനം നൽകുന്ന ഒരു പ്രസിദ്ധീകരണം ആ കാലഘട്ടത്തിന്റെ ആവശ്യമായിത്തീർന്നു. പഴയതും പുതിയതുമായ അഭിരുചികളെ സമന്വയിപ്പിക്കാനും ആസ്വാദന വാസന കെട്ടുപോകാതെ സംരക്ഷിക്കാനും അതാവശ്യമാണെന്ന് അയ്യപ്പപ്പണിക്കർക്കു തോന്നി. അതിന്റെ ഫലമായിരുന്നു *കേരളകവിത* എന്ന ആനുകാലിക പ്രസിദ്ധീകരണം.

1968–ൽ *കേരളകവിത* പ്രസിദ്ധീകരണം ആരംഭിച്ചു. അതിന്റെ ചുമതലകൾ മുക്കാൽ ഭാഗവും അനുഷ്ഠിച്ചുപോന്നത് അയ്യപ്പപ്പണിക്കരായിരുന്നു. (അദ്ദേഹം എഡിറ്റർ മാത്രമായിരുന്നില്ലെന്നർത്ഥം) അതു

നിലനിൽക്കുന്നതിന് കുറച്ചു പരസ്യം കിട്ടാതെ നിവൃത്തിയില്ല. പ്രചാരം കുറവായ ഒരു ആനുകാലികത്തിൽ പരസ്യം നൽകാൻ സാധാരണ ഗതിയിൽ, ആരും മുതിരുകയില്ല. പിന്നെ, കവിതയുടെ നേർക്കുള്ള ആഭിമുഖ്യംകൊണ്ട് പരസ്യം തന്നു പ്രോത്സാഹിപ്പിക്കണം. അങ്ങനെയൊരാഭിമുഖ്യം വ്യവസായികളിൽ പ്രായേണ കാണാറില്ല. അതുള്ളവർ വ്യവസായത്തിൽ തോൽക്കാനാണ് സാദ്ധ്യത! അപ്പോൾ, വ്യക്തിപരമായ ബന്ധത്തിന്റെ പേരിലേ പരസ്യം നേടാനാവുകയുള്ളൂ. അയ്യപ്പപ്പണിക്കരോടൊപ്പം അനേകം വ്യവസായികളെ സമീപിച്ചവരിലൊരാളാണ് ഞാൻ. പലരും ഒഴികഴിവുകൾ പറഞ്ഞു. ചുരുക്കം ചിലർ പരസ്യം തന്നു പ്രോത്സാഹിപ്പിക്കാൻ സന്മനസ്സ് കാണിച്ചു. കവിതാഭിരുചിയുടെ സംരക്ഷണാർത്ഥം പരസ്യം യാചിക്കാനിറങ്ങിയ പണിക്കരിൽ ഭിക്ഷാപാത്രവുമായിറങ്ങിയ തഥാഗതനെയാണ് ഞാൻ കണ്ടത്!

കവിതയേയും സാഹിത്യത്തെയും കുറിച്ച് ലേഖനമെഴുതിക്കൊടുക്കണമെന്ന് അദ്ദേഹം എന്നോടും പറഞ്ഞിരുന്നു. കവിതയ്ക്കാണ് പ്രാധാന്യം. കവിതയെ സംബന്ധിക്കുന്ന ലേഖനങ്ങളുമാകാം. എങ്കിലും, സർഗ്ഗാത്മകമായ കഥകളോ നാടകങ്ങളോ വിമർശനങ്ങളോ കിട്ടിയാൽ അവയ്ക്കും മാസികയിൽ സ്ഥാനം നൽകണം. സർഗ്ഗാത്മകചിന്തയുടെ പ്രകാശം വിമർശനത്തിലും കാണാറുണ്ടല്ലോ. ഇപ്രകാരം പലതും അയ്യപ്പപ്പണിക്കർ സംസാരിച്ചതോർക്കുന്നു. ആ നിലപാടനുസരിച്ച് മാസികയുമായി സഹകരിക്കാൻ അനേകം എഴുത്തുകാരെ അദ്ദേഹം സമീപിച്ചിരുന്നു. യുവാക്കൾക്കാണ് അദ്ദേഹം മുൻഗണന നൽകിയത്.

സ്വന്തം കാഴ്ചപ്പാടിലുറച്ചുനിന്നുകൊണ്ട് ആ കൊച്ചുമാസികയുടെ പ്രസിദ്ധീകരണം തുടരാൻ അദ്ദേഹത്തിന് വളരെയധികം ക്ലേശങ്ങളനുഭവിക്കേണ്ടിവന്നു. ഒരു പരാതിയും പറയാതെ, മറ്റാരെയുമറിയിക്കാതെ, ആ ക്ലേശങ്ങൾ ഏറ്റെടുക്കുന്നതിൽ അദ്ദേഹം ആന്തരികമായി അഭിമാനം പൂണ്ടു. ജീവിതത്തിലും ആ നിലയിലാണ് അദ്ദേഹം വിധിയെ സ്വീകരിച്ചത്.

ആഢ്യമായ ഔദാര്യമാണ് പത്രാധിപരായ അയ്യപ്പപ്പണിക്കരുടെ വൈശിഷ്ട്യമായി ലോകം കണ്ടത്. മികവാർന്ന അഭിരുചിയെക്കുറിച്ചും ഉൾക്കാഴ്ചയെക്കുറിച്ചും പ്രത്യേകം പറയേണ്ടതില്ല. ആധുനികതയുടെ സൗന്ദര്യബോധവും ഭാവുകത്വവുമാണ് അദ്ദേഹത്തിന്റെ കവിതകളിലെ മാന്ത്രികമായ വശ്യതയെന്നു നമുക്കറിയാം. എന്നാൽ, പരമ്പരാഗതരീതിയിലുള്ള രചനകളുടെ നേർക്ക് അദ്ദേഹത്തിന് അല്പം പോലും വിപ്രതിപത്തിയുണ്ടായിരുന്നില്ല. അത്തരം രചനകൾക്ക് *കേരളകവിത* അവയർഹിക്കുന്ന പ്രാധാന്യം നൽകിക്കൊണ്ടിരിക്കുകതന്നെ ചെയ്തു. കഥ, നാടകം, വിമർശനം തുടങ്ങിയവ ഒരിക്കലും ഒഴിവാക്കിയതുമില്ല. ഇന്നു തിരിഞ്ഞു നോക്കുമ്പോൾ *കേരളകവിത*യിൽ പ്രകാശിതമായ രചനകളിൽ സർഗ്ഗാത്മകതയുടെയോ നവീനതയുടെയോ വർണ്ണങ്ങൾ പ്രായേണ കലർന്നിട്ടുണ്ടെന്നു കാണാം.

വിശ്വസാഹിത്യവുമായി വായനക്കാരെ ബന്ധപ്പെടുത്തുന്ന പലതരം പരിഭാഷകൾ *കേരളകവിത*യുടെ ലക്കങ്ങളെ സമ്പന്നമാക്കിത്തീർത്തിരുന്നു. പലകാലങ്ങളിൽ, പലദേശങ്ങളിൽ, രൂപംപൂണ്ട സൃഷ്ടികൾ. ധീരവും സാഹസികവും സർഗ്ഗാത്മകവുമായ പരീക്ഷണങ്ങളായി പ്രത്യക്ഷപ്പെട്ട കൃതികൾപോലും അക്കൂട്ടത്തിൽപ്പെടുന്നു. ജെയിംസ് ജോയ്സിന്റെ *യുളീസിസ്സി*ലെ ഒരദ്ധ്യായത്തിന്റെ പരിഭാഷ പ്രസിദ്ധം ചെയ്യാൻ അയ്യപ്പപ്പണിക്കരല്ലാതെ മറ്റൊരു പത്രാധിപർ തയ്യാറാകുകയില്ല. (അവിടെയും അദ്ദേഹം സമുന്നതനാണ്)

ബാലിശമായ അഹന്തയുടെ ചാപല്യങ്ങൾ മലയാളത്തിലെ പത്രാധിപന്മാരുടെ പൊതുസ്വഭാവമാണ്. (സാംസ്ക്കാരിക പ്രസിദ്ധീകരണങ്ങളുടെ പത്രാധിപന്മാരെപ്പറ്റിയാണ് പറയുന്നത്.) അത് പല രൂപത്തിൽ പ്രകടമാകുന്നു. പക്ഷപാതമാണ് അതിന്റെ സാധാരണമായ രൂപം. ആശ്രിതവാത്സല്യം, സമുദായവികാരം, വ്യക്തിവിദ്വേഷം മുതലായ പലതും അതിനാധാരമായി വർത്തിക്കുന്നു. ആ പക്ഷപാതത്തിൽ നിന്ന് പൂർണ്ണമായും നിർമ്മുക്തമായ കുലീനതയാൽ പരിശോഭിതമാണ് അയ്യപ്പപ്പണിക്കർ എന്ന പത്രാധിപരിലെ വ്യക്തിത്വം. (വ്യക്തികളെ ആക്രമിക്കാൻ പല പത്രാധിപന്മാരും പത്രത്താളുകൾ ഉപയോഗപ്പെടുത്താറുണ്ട്. ആ അല്പത്തം പണിക്കരെ തീണ്ടുകയില്ലെന്ന് നമുക്കറിയാം.)

അതേ കുലീനതയാണ് ആത്മപ്രശംസയെന്ന മാലിന്യം തീണ്ടാതെ കർമ്മമാർഗ്ഗത്തിൽ സഞ്ചരിക്കാൻ അദ്ദേഹത്തെ പ്രാപ്തനാക്കിയതും, പ്രശംസനീയമായ പലതും ആ ജീവിതത്തിലുണ്ട്. കിടയറ്റകവി, കിടയറ്റ പ്രബന്ധകാരൻ, കിടയറ്റ അദ്ധ്യാപകൻ, കിടയറ്റ സുഹൃത്ത്... അങ്ങനെ എന്തെല്ലാം! അവയുടെ അടിസ്ഥാനത്തിൽ അദ്ദേഹത്തെ സ്തുതിക്കുന്ന ലേഖനങ്ങളുമായി *കേരളകവിത*യെ പലരും സമീപിച്ചത് എനിക്കു നേരിട്ടറിയാം. കപടവിനയമൊന്നും പ്രകടിപ്പിക്കാതെ തന്നെ അവയൊക്കെയും അദ്ദേഹം ഒഴിവാക്കി. തന്റെ കൊച്ചുമാസികയ്ക്ക് നിർവ്യക്തികസ്വഭാവത്തിന്റെ അർത്ഥചാരുത നൽകുന്നതിന് ആ ഗുണവിശേഷം മൂലം അദ്ദേഹത്തിനു സാധിച്ചു. (*അമ്പട ഞാനേ* എന്ന മട്ടിൽ ഞെളിഞ്ഞുനിന്നു വിലസിയ പത്രാധിപസമൂഹത്തിന്റെ പശ്ചാത്തലത്തിൽ അയ്യപ്പപ്പണിക്കർ ഒരു ദേവദൂതനെപ്പോലെ നിലകൊള്ളുന്നു.)

എഡിറ്ററെന്ന നിലയിൽ ഇതരരംഗങ്ങളിൽ അദ്ദേഹം സമർപ്പിച്ച സേവനങ്ങളെക്കുറിച്ചുകൂടി ഇവിടെ പരാമർശിക്കേണ്ടതുണ്ട്. വിസ്തരിച്ചെഴുതാൻ സ്ഥലപരിമിതി അനുവദിക്കുന്നില്ല. അതിനാൽ ഏതാനും വാക്യങ്ങൾകൊണ്ട് അവയെന്തെന്നു പ്രസ്താവിക്കാനോ ഇവിടെ മുതിരുന്നുള്ളൂ.

ഒന്ന് : വിശ്വസാഹിത്യവുമായി മലയാളികളെ ബന്ധപ്പെടുത്തുന്ന നൂറ്റിഇരുപതുപുസ്തകങ്ങൾ *വിശ്വസാഹിത്യമാല* എന്ന പേരിൽ ഡി.സി.

ബുക്സ് പ്രസിദ്ധീകരിച്ചിരുന്നു. ആ പംക്തിയുടെ ചീഫ് എഡിറ്ററെന്ന നിലയിൽ ശ്രമകരമായ സേവനമാണ് അയ്യപ്പപ്പണിക്കർ അനുഷ്ഠിച്ചത്. വിശ്വസാഹിത്യത്തിൽ സ്ഥാനമുള്ള നൂറ്റിഇരുപതു പുസ്തകങ്ങളുടെ സംക്ഷിപ്തരൂപം നൂറ്റിഇരുപതുപേരാണ് അവതരിപ്പിച്ചത്. അവരുടെ വ്യത്യസ്തശൈലികൾക്ക് ഏകദേശരൂപത്തിലെങ്കിലും ഐക്യരൂപം നൽകിയേ തീരുമായിരുന്നുള്ളൂ. ആത്മാവ് നഷ്ടപ്പെടാത്ത രീതിയിൽ കൃതികൾ സംക്ഷേപിച്ചിട്ടുണ്ടോ എന്നു പരിശോധിക്കേണ്ടതും ആവശ്യ മായിരുന്നു. അത്തരം കാര്യങ്ങളൊക്കെയും അവധാനതയോടുകൂടി നോക്കിയതിന്റെ പിന്നിലുള്ള ക്ലേശം നമുക്ക് ഊഹിക്കാവുന്നതാണ്.

രണ്ട് : *മദ്ധ്യകാല മലയാളസാഹിത്യം* എന്ന പേരിൽ കേന്ദ്ര സാഹിത്യഅക്കാദമി വലിയൊരു ഗ്രന്ഥം പ്രസിദ്ധീകരിച്ചിട്ടുണ്ട്. അതിന്റെ ചീഫ് എഡിറ്ററായി ഏറെക്കാലം പ്രവർത്തിച്ചു. ധാരാളം പ്രയത്നിച്ച് ചീഫ് എഡിറ്ററുടെ കഴിവ് പ്രകടമാക്കുകയും ചെയ്തു. ആ പ്രസിദ്ധീകരണം നോക്കുന്നവർക്ക് അതു ബോദ്ധ്യമാകും.

മൂന്ന് : സാഹിത്യ അക്കാദമി പ്രസിദ്ധീകരിച്ച് *ഇന്ത്യൻ സാഹിത്യ വിജ്ഞാനകോശ*ത്തിന്റെ ചീഫ് എഡിറ്റർ.

നാല് : ഡി.സി. ബുക്സ് പ്രസിദ്ധം ചെയ്ത *ഷേക്സ്പിയർ സമ്പൂർണ്ണ കൃതികൾ* (മൂന്നുവാല്യങ്ങൾ) എഡിറ്റ് ചെയ്തു. ഷേക്സ്പി യറെയും അദ്ദേഹത്തിന്റെ കൃതികളെയും കുറിച്ച് സമഗ്രവും ആധികാ രികവുമായി പ്രതിപാദിക്കുന്ന ഒരു പ്രബന്ധം ആ പരമ്പരയ്ക്ക് ആമുഖമായെഴുതിയത് പണിക്കരാണ്. കൂടാതെ, ഉൾക്കാഴ്ചയുള്ള കുറിപ്പുകൾ ഓരോ കൃതിക്കും പ്രത്യേകമായെഴുതിച്ചേർക്കുകയും ചെയ്തു.

അഞ്ച് : *എൻസൈക്ലോപീഡിയ ഓഫ് ഇന്ത്യൻ ലിറ്ററച്ചർ* എഡിറ്റു ചെയ്യുന്നതോടൊപ്പം, അതിൽ രചനാത്മകമായ സംഭാവനകളും നൽകി.

ആറ് : മിഷിഗൻ സർവ്വകാശാലയുടെ പ്രസിദ്ധീകരണമായ *ജേണൽ ഓഫ് സൗത്ത് ഏഷ്യൻ ലിറ്ററച്ചറിന്റെ* അസോസിയേറ്റ് എഡിറ്റർ; മാക്മില്ലൻ കമ്പനിയുടെ *കേരളാ റൈറ്റേഴ്സ് ഇൻ ഇംഗ്ലീഷിന്റെ* ജനറൽ എഡിറ്റർ എന്നീ നിലകളിൽ അയ്യപ്പപ്പണിക്കർ നൽകിയ സംഭാവനകൾ നിസ്തുലമാണെന്ന് ഭാരവാഹികൾ കൃതജ്ഞതയോടെ രേഖപ്പെടുത്തി യിട്ടുണ്ട്. കൂടുതൽ വിസ്തരിക്കാതെ തന്നെ എഡിറ്ററെന്ന നിലയിൽ അയ്യപ്പപ്പണിക്കർ എത്രയേറെ പ്രയത്നിച്ചിട്ടുണ്ടെന്ന് ഈ ലഘുവിവരണ ത്തിൽ നിന്നു മനസ്സിലാക്കാം. പ്രസിദ്ധീകരണങ്ങൾ വേറെയുമുണ്ടെന്ന് പ്രസ്താവിച്ചുകൊള്ളട്ടെ. എഡിറ്റിങ്ങിന്റെ ആ ഒരൊറ്റ മേഖല മാത്ര മായി പരിശോധിച്ചാൽ പോലും കേരളത്തിന് എത്രയേറെ അഭിമാനി ക്കാവുന്ന ഒരു വ്യക്തിത്വമായിരുന്നു അദ്ദേഹത്തിന്റേതെന്ന് ആരും ആദരവോടെ ഓർമ്മിക്കും. സാധാരണക്കാർക്ക് താങ്ങാനാവാത്ത പ്രയത്നഭാരം ഇക്കാര്യത്തിൽ അദ്ദേഹം ഏറ്റെടുത്തത് പ്രതിഫലം

സ്വീകരിക്കാതെയാണെന്ന വസ്തുത കൂടി അറിയുമ്പോൾ, കേരളം അദ്ദേഹത്തിന്റെ മുമ്പാകെ കൈകൂപ്പുമെന്നാണ് എന്റെ വിശ്വാസം.

സൗഭാഗ്യപരിലാളിതമായ ഒരു സ്വകാര്യജീവിതത്തിന്റെ ബലത്തിലാണോ അദ്ദേഹം അത്രയേറെ ക്ഷമയോടും ശ്രദ്ധയോടും കൂടി എഡിറ്റിങ്ങ് എന്ന കർമ്മത്തിൽ മുഴുകിയത്? അല്ല. കൊടുങ്ങല്ലൂർ കുഞ്ഞിക്കുട്ടൻ തമ്പുരാന് മഹാഭാരതവിവർത്തനം തുടരാൻ തന്റെ കോവിലകവും ഫ്യൂഡൽ വ്യവസ്ഥിതിയും സഹായകമായിരുന്നു. അതുപോലെയായിരുന്നില്ല. അയ്യപ്പപ്പണിക്കരുടെ സ്ഥിതി. അദ്ദേഹം ഈ പ്രയത്നഭാരം മുഴുവൻ ഏറ്റെടുത്തത്, മറ്റനേകം ചുമതലകളിലേർപ്പെട്ടുകൊണ്ടിരിക്കുന്നതിനിടയിലാണ്; അദ്ധ്യാപകൻ, റിസർച്ച് ഗൈഡ്, കുടുംബനാഥൻ എന്നിങ്ങനെയുള്ള ചുമതലകൾക്കിടയിൽ.

തറവാട്ടുസ്വത്തുകൊണ്ടല്ല, അദ്ദേഹം നിത്യജീവിതം തുടർന്നിരുന്നത്. ജോലി ചെയ്തു കിട്ടുന്ന ശമ്പളം കൊണ്ടായിരുന്നു. പണമുണ്ടാക്കാവുന്ന മറ്റുവഴികൾ അദ്ദേഹം അവലംബിച്ചുമില്ല. പണം നേടുന്നതിന് ചുളുവുവിദ്യകൾ വേണ്ടുവോളം പ്രയോഗിച്ചുകൊണ്ടിരിക്കുന്ന സാംസ്ക്കാരിക നായകരിൽ നിന്ന് എന്തെങ്കിലും പഠിക്കാനുണ്ടെന്ന് അദ്ദേഹത്തിന് ഒരിക്കലും തോന്നിയിരുന്നുമില്ല!

ഇതോടൊപ്പം ഓർമ്മിക്കേണ്ടതാണ് അയ്യപ്പപ്പണിക്കരുടെ കുടുംബജീവിതം. അത് എപ്പോഴും ഊഷ്മളമായിരുന്നു. ഉത്തരവാദിത്വബോധത്തിന്റെ ആഴം അതിനുണ്ടായിരുന്നു. സഹധർമ്മിണിയും മക്കളും മാത്രമല്ല, സഹോദരീസഹോദരന്മാരും അവരുടെ സന്താനങ്ങളും അദ്ദേഹത്തിന് പ്രിയപ്പെട്ടവരായിരുന്നു. അദ്ദേഹത്തെ എത്രയേറെ സ്നേഹബഹുമാനത്തോടെയാണ് അവർ ഓർമ്മിക്കുന്നതെന്ന് ഞാൻ നേരിട്ടുകണ്ടിട്ടുണ്ട്.

സുഹൃത്തെന്ന നിലയിലും അയ്യപ്പപ്പണിക്കർ പത്തരമാറ്റുള്ള സ്നേഹവും ആത്മാർത്ഥതയുമാണ് പുലർത്തിയത്. സുഹൃത്തുക്കൾ കുറവായിരുന്നു എന്നതു വാസ്തവം. സമാനസ്വഭാവമുള്ളവരുമായി മാത്രമേ അദ്ദേഹം സൗഹൃദം സ്ഥാപിച്ചിരുന്നുള്ളൂ. ആ ബന്ധത്തിൽ എപ്പോഴും പരിശുദ്ധിയുണ്ടായിരുന്നു. സ്വാർത്ഥതയുടെ സ്പർശമില്ലാതെ അദ്ദേഹം സ്നേഹിതരുമായുള്ള ബന്ധം തുടർന്നതും, കഴിവുള്ള സഹായങ്ങൾ അവർക്കു നൽകിയതും ഒരു മാതൃകയായി കാണാവുന്നതാണ്. ആ മാതൃകാസൗഹൃദത്തിന്റെ ദൃഷ്ടാന്തങ്ങൾ പലതും എന്റെ ഓർമ്മയിൽ സൗരഭ്യമായി തങ്ങിനിൽക്കുന്നു. സ്വന്തം നന്മകൾ നിഗൂഢാഭിമാനമായി സൂക്ഷിക്കുക എന്ന കരുത്ത് അവിടെയും അദ്ദേഹം നിലനിർത്തിപ്പോന്നു.

■

അഞ്ച്

അലസതയും പ്രകടനപരതയും കേരളം എന്ന പ്രദേശത്തിന്റെ പാരമ്പര്യത്തിലെ പ്രധാന അംശങ്ങളാണ്. പ്രമാണികളായി വിവിധ രംഗങ്ങളിൽ വിഹരിക്കുന്നവരിലെ പൊങ്ങച്ചം ദിവസേന നാം കണ്ടുകൊണ്ടുമിരിക്കുന്നു. ആ *ഗുണ*ങ്ങളിൽ നിന്ന് തീർത്തും നിമുക്തനായി നിലകൊണ്ട അയ്യപ്പപ്പണിക്കർ തികച്ചും സ്വതന്ത്രാത്മാവായിരുന്നു. പാരമ്പര്യത്തിലെ ദൂഷ്യങ്ങളിൽ നിന്ന്, സമൂഹത്തിലുറച്ചു നിൽക്കുന്ന പൊള്ളത്തരങ്ങളിൽ നിന്ന് സ്വതന്ത്രനായി ഈ രീതിയിലുള്ള പലതരം ബന്ധനങ്ങളിൽ നിന്ന്, സ്വതന്ത്രനായിട്ടാണ്, എക്കാലത്തും അദ്ദേഹം വിവിധമേഖലകളിൽ സഞ്ചരിച്ചത്. നേരത്തെ സൂചിപ്പിച്ചതുപോലെ പത്രപ്രസ്താവനകൾ, ആഹ്വാനങ്ങൾ, സ്വയം പരസ്യപ്പെടുത്തലുകൾ, അഭിമുഖങ്ങൾ മുതലായ നാട്ടാചാരങ്ങളിൽ അകപ്പെടാതിരിക്കാൻ ആ സ്വാതന്ത്ര്യബോധം അദ്ദേഹത്തെ സഹായിച്ചു.

മികച്ച ഗദ്യകാരൻ, ലക്ഷ്യബോധമുള്ള വിവർത്തകൻ എന്നീ നിലകളിൽ അയ്യപ്പപ്പണിക്കർ നൽകിയ സംഭാവനകൾ ഇതരസംഭാവനകൾക്കു തുല്യം വിലപ്പെട്ടതല്ലേ? വിലപ്പെട്ടതാണെന്ന് സംശയം കൂടാതെ പറയാം.

ഗുണനിലവാരത്തിന്റെ കാര്യത്തിൽ ആ ഗദ്യം മലയാളത്തിലെ ഏറ്റവും മികച്ച ഗദ്യരചനകൾക്കു നിദർശനമായാണ് നിലകൊള്ളുന്നത്. കവിയുടെ ഗദ്യമല്ല, ഗദ്യകാരന്റെ ഗദ്യമാണെന്ന പ്രത്യേകമേന്മയെക്കുറിച്ച് എടുത്തുപറയേണ്ടതാണെന്ന് ഞാൻ വിചാരിക്കുന്നു. അലങ്കാരങ്ങളും പ്രാസവും മറ്റും ദീക്ഷിച്ചുകൊണ്ട് പദ്യരചനാകൗശലത്തിന്റെ ശിങ്കാരഭംഗി കലർത്തിയാണ് നമ്മുടെ കവികൾ പൊതുവിൽ ഗദ്യം രചിച്ചിട്ടുള്ളത്. വായനക്കാരിൽ ഇമ്പമുളവാക്കുകയെന്ന അവരുടെ ലക്ഷ്യം അതിൽ വിജയിക്കുന്നുണ്ടാവാം. പക്ഷേ, മികച്ച ഗദ്യത്തിന്റെ രീതി അതല്ല. ചിന്തയിലെ വ്യക്തതയും ദാർഢ്യവുമാണ് മികച്ച ഗദ്യരചനയിലെ കരുത്ത്. പഠനത്തിന്റെ ക്ലേശവും ചിന്തയുടെ വേദനയുമാണ് ആ കരുത്തിന്റെ ഉറവിടം. ലാളിത്യവും വ്യക്തതയും ആണ് ആ കരുത്തിന്റെ ഘടകങ്ങൾ.

ആ കരുത്തിന് ഉദാഹരണമായെടുത്തു കാണിക്കാവുന്നത് എ.ആർ. രാജരാജവർമ്മയുടെയും കുമാരനാശാന്റെയും ചങ്ങമ്പുഴയുടെയും ഗദ്യ

രചനയാണ്. അവരുടെ കവിതകളും ഗദ്യപ്രബന്ധങ്ങളും ഉത്ഭവിക്കുന്നത് ഒരേ കേന്ദ്രത്തിൽ നിന്നല്ല, രണ്ടു കേന്ദ്രങ്ങളിൽ നിന്നാണ്. അതിനാൽ, കവിതയിലെ മോടികൾക്ക് ഗദ്യരചനകളിൽ സ്ഥാനമില്ലാതാകുന്നു. വസ്തുനിഷ്ഠമായ വീക്ഷണവും ആർജ്ജവവും അവയിൽ സമ്മേളിക്കുന്നു. ആർജ്ജവം എന്ന പദത്തിന് നേര്, സത്യം എന്നാണർത്ഥം. ബൗദ്ധികമായ സത്യമാണ്, കൃത്രിമമായ രചനാഭംഗിയല്ല, അവരുടെ ഗദ്യപ്രബന്ധങ്ങളിലെ വെളിച്ചം. *പ്രരോദന*ത്തിലെ ഒരു ശൈലി കടമെടുത്തു പറയട്ടെ; നെടുനാൾ *കപാലഫലകം കായിച്ച*തിന്റെ ഫലമാണ് അവരുടെ ഗദ്യരചന.

അയ്യപ്പപ്പണിക്കരുടെ ഗദ്യരചനകളിലധികവും സാഹിത്യവിമർശന വിഭാഗത്തിലുൾപ്പെടുന്നു. അറിവിന്റെ അടിസ്ഥാനത്തിലവലംബിക്കുന്ന വിശാലവീക്ഷണവും ഔദാര്യവും (അതു രണ്ടും ചേരുന്നതാണ് സഹിഷ്ണുത) അവയ്ക്ക് ആഢ്യമായ പ്രൗഢിയരുളുന്നു. സ്വഭാവഘടനയിലെ കുലീനത ആ പ്രബന്ധങ്ങളെയും അനുഗ്രഹിക്കുന്ന എന്നർത്ഥം. ഷെല്ലിയേയും, ടി.എസ്. എലിയറ്റിനെയും ഒരുപോലെ ആസ്വദിക്കാനും, അത്യന്തം വ്യത്യസ്തമായ അവരുടെ കവിതകളിൽ കാവ്യഗുണങ്ങളുടെ മഹിമ ദർശിക്കാനും അദ്ദേഹത്തിന് കഴിയുന്നതിന്റെ കാരണം അതാണ്.

ആശാന്റെയും, വള്ളത്തോളിന്റെയും ഭാഷാശൈലിയുടെ പ്രത്യേകതകൾ വിശകലനം ചെയ്തു വെളിപ്പെടുത്തുന്നതോടൊപ്പം അദ്ദേഹം കുട്ടികൃഷ്ണമാരാരുടെയും മുണ്ടശ്ശേരിയുടെ വിമർശനങ്ങളുടെ സാജാത്യവൈജാത്യങ്ങൾ ഉൾക്കാഴ്ചയോടെ ചികഞ്ഞെടുത്ത് യുക്തിഭദ്രമായി അവതരിപ്പിക്കുകയും ചെയ്യുന്നു. സി.ജെ. തോമസ്സിന്റെയും സി.എൻ. ശ്രീകണ്ഠൻ നായരുടെയും നാടകങ്ങൾ മാത്രമല്ല, കാവാലം നാരായണപ്പണിക്കരുടെ നാടകങ്ങൾകൂടി ഗുണമേന്മയുടെ കാര്യത്തിൽ മികച്ചതാണെന്നു കണ്ടെത്താൻ അദ്ദേഹത്തിന് ഒരു പ്രയാസവുമില്ല.

സാഹിത്യപരവും സാഹിത്യേതരവുമായ പ്രമേയങ്ങളിലധിഷ്ഠിതമായി അയ്യപ്പപ്പണിക്കർ രചിച്ചിട്ടുള്ള പ്രബന്ധങ്ങളെല്ലാം ഗ്രന്ഥരൂപത്തിൽ സമാഹരിച്ചിട്ടില്ലെന്നുതോന്നുന്നു. നമ്മുടെ മലയാളഗദ്യകാരന്മാരുടെ മുൻനിരയിൽ പീഠം നൽകി അദ്ദേഹത്തെ ആദരിക്കാൻ പ്രേരിപ്പിക്കുന്നതാണ് ആ പ്രബന്ധങ്ങളുടെ ലോകമെന്നുമാത്രം ചുരുക്കിപ്പറഞ്ഞു കൊള്ളട്ടെ.

ഇനി, പരിഭാഷകനെന്ന നിലയിൽ പരിശോധിച്ചാലോ? അതുല്യമായ വ്യക്തിപ്രഭാവത്തോടെയാണ് അവിടെയും അദ്ദേഹം തന്റെ സ്ഥാനമുറപ്പിച്ചിട്ടുള്ളത്. സാഹിത്യജീവിതത്തിന്റെ പ്രാരംഭം മുതൽ ജീവിതാവസാനം വരെ അയ്യപ്പപ്പണിക്കരുടെ പരിഭാഷാകർമ്മം തുടർന്നുപോന്നു. ഇംഗ്ലീഷിൽ നിന്നു മലയാളത്തിലേക്കും മലയാളത്തിൽ നിന്ന് ഇംഗ്ലീഷിലേക്കും കൃതികൾ വിവർത്തനം ചെയ്യാൻ അദ്ദേഹത്തിനു കഴിവുണ്ടായിരുന്നു; വലിയ കഴിവുണ്ടായിരുന്നു എന്നുതന്നെ പറയണം. ആ

കഴിവ് മുഴുവൻ വ്രതശുദ്ധിയോടുകൂടി അദ്ദേഹം കേരളത്തിനു സമർപ്പിച്ചു. വ്രതശുദ്ധി എന്നുപറയാൻ കാരണമുണ്ട്. വ്യക്തിഗതമായ പ്രയോജനങ്ങളെപ്പറ്റി ആലോചിക്കാതെയാണ് ആ കർമ്മം അദ്ദേഹമനുഷ്ഠിച്ചത്. തനിക്കു ജന്മമരുളിയ ദേശത്തിന്റെ സംസ്ക്കാരം പരിപോഷിപ്പിക്കുക, ആ സംസ്ക്കാരത്തിന്റെ സവിശേഷസ്വഭാവങ്ങൾ അന്യദേശക്കാരെ അറിയിക്കുക... വിശുദ്ധമായ ഈ ലക്ഷ്യമാണ് ധാരാളം ക്ലേശം സഹിച്ച് ജോലി ചെയ്യാൻ അദ്ദേഹത്തെ പ്രേരിപ്പിച്ചത്. അതൊരു വ്രതം തന്നെയായിരുന്നു.

കേരളസംസ്ക്കാരം അനുപേക്ഷണീയമാണെന്ന ആരോഗ്യകരമായ വീക്ഷണമാണ് അയ്യപ്പണിക്കർക്കുണ്ടായിരുന്നത്. അതുപോലെ, കേരള സംസ്ക്കാരം വിശ്വസംസ്ക്കാരത്തിനു പരിചിതമാണെന്ന ബോധം, സ്വന്തം സംസ്ക്കാരം വളർത്തുന്നതിന് ഉത്തേജനമരുളി കേരളീയരെ പ്രോത്സാഹിപ്പിക്കുമെന്നും അദ്ദേഹം വിശ്വസിച്ചു. ആ വീക്ഷണവും വിശ്വാസവുമനുസരിച്ച് തന്റെ സമൃദ്ധമായ കഴിവുകളുടെ നല്ലൊരംശം പരിഭാഷാകർമ്മത്തിന് അദ്ദേഹം സമർപ്പിച്ചു. *അധികം ലഭിച്ചവനിൽ നിന്ന് അധികം പ്രതീക്ഷിക്കപ്പെടുന്നു* എന്ന വിശുദ്ധവാക്യമായിരുന്നു അദ്ദേഹത്തിന്റെ പ്രമാണം.

ആ പ്രമാണം സ്വീകരിക്കാൻ മറ്റുള്ളവരെ അദ്ദേഹം നിരന്തരം പ്രേരിപ്പിച്ചുകൊണ്ടിരുന്നു എന്ന വസ്തുതതും ഓർമ്മിക്കേണ്ടതാണ്. ചെക്കോസ്ലവാക്യയിലെ ചോപ്പക് സഹോദരന്മാരുടെ (Carel Copek and Joseph Copek) *ലൈഫ് ഓഫ് ഇൻസെക്റ്റ്സ്* (Life of Insects) വിവർത്തനം ചെയ്യണമെന്ന് സി.ജെ. തോമസ്സിനോട് അദ്ദേഹം അഭ്യർത്ഥിച്ചതിനെക്കുറിച്ച് നേരത്തേ പരാമർശിച്ച കാര്യം ഓർമ്മിക്കുമല്ലോ. (അതിന്റെ ഫലമായിരുന്നുവല്ലോ *കീടജന്മം* എന്ന മികവുറ്റ പരിഭാഷ)

ഗോപുരം ആദ്യ ലക്കം തന്നെ അയ്യപ്പപ്പണിക്കരുടെ കവിതാപരിഭാഷ ഉൾക്കൊണ്ടിരുന്നു എന്ന വസ്തുതയെക്കുറിച്ച് മുമ്പ് പ്രസ്താവിച്ചതും ഓർക്കുമല്ലോ. (എത്ര ചുമതലാബോധത്തോടുകൂടിയാണ് അദ്ദേഹം കൃത്യസമയത്തുതന്നെ ആ പരിഭാഷകൾ പത്രാധിപരെ ഏല്പിച്ചിരുന്നതെന്ന് ഞാൻ നേരിട്ടു കണ്ടിട്ടുണ്ട്). പല ഭാഷകളിലുള്ള കവിതകൾ; പല ദേശങ്ങളിലുള്ള കവിതകൾ; പല കാലഘട്ടങ്ങളിലുള്ള കവിതകൾ; പല സ്വഭാവമുള്ള കവിതകൾ... അങ്ങനെ, ചക്രവാളത്തിനു മാത്രം നിയന്ത്രിക്കാൻ കഴിയുന്ന വിശാലവീക്ഷണത്തോടുകൂടിയാണ് കവിതാ സൗന്ദര്യവൈചിത്ര്യം മലയാളികൾക്കു പരിചയപ്പെടുത്തുന്ന രീതിയിൽ അദ്ദേഹം പരിഭാഷകൾ അവതരിപ്പിച്ചത്. (നോക്കൂ, ലിയോപ്പാർഡി (1798–1857) ഇറ്റാലിയൻ കവിയാണ്. ബോദ്ലെയർ (1821–1867) ഫ്രഞ്ചുകവി; ടി. എസ്. എലിയറ്റ് (1888–1965) ഇരുപതാംനൂറ്റാണ്ടിലെ ഇംഗ്ലീഷ് കവിയും, മൂന്നുപേരുടെ കവിതകളും തികച്ചും വ്യത്യസ്തങ്ങളാണ്. അവരുടെ കവിതകൾ പരിഭാഷപ്പെടുത്തി പ്രസിദ്ധീകരിച്ചതിലൂടെ വ്യത്യസ്തശൈലികളും വ്യത്യസ്ത സ്വരവിശേഷങ്ങളും

സംസ്ക്കാരങ്ങളും മലയാളികൾക്ക് പരിചിതമായിത്തീരുന്നു. മലയാളികളുടെ ആസ്വാദനാഭിരുചി അത്യന്തം വിശാലമാവുകയും ചെയ്യുന്നു).

ഇതു പ്രാരംഭഘട്ടത്തിലെ കഥയാണ്. തുടർന്നങ്ങോട്ട്, എത്രയോ വൈചിത്ര്യമാർന്ന കവിതകളാണ്, വിഭിന്ന ദേശങ്ങളിലും വിഭിന്ന ഭാഷകളിലും നിന്ന് മലയാളത്തിലേക്ക് പരിഭാഷപ്പെടുത്തിയിട്ടുള്ളത്! അവയൊക്കെയും പാരായണക്ഷണമാണാതാനും.

*കേരളകവിത*യുടെ എല്ലാ ലക്കങ്ങളിലും പരിഭാഷകളുണ്ടായിരുന്നു. (കഥകളുടെയും നാടകങ്ങളുടെയും മറ്റും പരിഭാഷകളും ചേർത്തിരുന്നു) മറ്റു പലരുമാണ് പരിഭാഷകർ. എങ്കിലും, കവിതയിലെ പലതരം സ്വഭാവങ്ങളും ആവിഷ്ക്കരണശൈലികളും മലയാളികൾക്കു പരിചിതമാകാനുതകുന്ന രീതിയിൽ അവ തിരഞ്ഞെടുക്കുന്നതിൽ അയ്യപ്പപ്പണിക്കർ ശ്രദ്ധിച്ചിരുന്നു. ഉദാഹരണത്തിന് 1992-ലെ *കേരളകവിത* ഒന്നു മറിച്ചു നോക്കൂ. അതിൽ ഒക്ടോവിയോ പാസ്, അന്നാ അഖ്മത്തോവ, ജോസഫ് ബ്രോഡ്സ്കി എന്നീ വിദേശകവികളുടെ കവിതകൾ സുചിതശൈലികളിൽ വിവർത്തനം ചെയ്ത് പ്രസിദ്ധീകരിച്ചിരിക്കുന്നു; അത്യന്തഭിന്നങ്ങളായ കവിതകൾ.

കവിയരങ്ങ്, ചൊൽക്കാഴ്ച മുതലായ പരിപാടികൾ അയ്യപ്പപ്പണിക്കരുടെ നേതൃത്വത്തിൽ കുറച്ചു കാലം നടന്നിരുന്നു. കവിയരങ്ങിൽ കവിതാപാരായണം മാത്രമാണുണ്ടായിരുന്നതെങ്കിൽ, ചൊൽക്കാഴ്ചയിൽ കവിതകളുടെ ലഘുവായ ദൃശ്യാവിഷ്ക്കരണം കൂടിയുണ്ടായിരുന്നു. അവയിൽ കടമ്മനിട്ട രാമകൃഷ്ണൻ, ഡി. വിനയചന്ദ്രൻ, കാവാലം നാരായണപ്പണിക്കർ മുതലായവരും പ്രധാന പങ്കുവഹിച്ചു പോന്നു. പുതിയ തലമുറകളിൽ കവിതാസ്വാദന തൃഷ്ണ വളർത്തുന്നതിന് അവ പ്രേരകമായിത്തീർന്നു. അതോടൊപ്പം, ലോകകവിതയുടെ വ്യത്യസ്ത മുഖങ്ങൾ നേരിൽ കണ്ട് പരിചയപ്പെടുന്നതിന് അവ ഉപകരിക്കുകയും ചെയ്തു. മയകോവ്സ്കി, ഒക്ടോവിയോ പാസ്, മാവോ സെതുങ്, ഹോചിമിൻ മുതലായവരുടെ കവിതകൾ, പന്തം കത്തിച്ചുയർത്തിപ്പിടിച്ചുകൊണ്ട് കിണ്ണം കൊട്ടി താളം പിടിച്ചുകൊണ്ട്, അയ്യപ്പപ്പണിക്കരും കടമ്മനിട്ടയും ഉത്സാഹപൂർവ്വം ചൊല്ലികേൾപ്പിക്കുന്നതാസ്വദിക്കുന്നവരുടെ കൂട്ടത്തിൽ ഞാനുമുണ്ടായിരുന്നു. കുടുംബസംബന്ധമായും ഉദ്യോഗസംബന്ധമായും നിരവധി ചുമതലകൾ നിർവ്വഹിക്കുന്നതിനിടയിലാണ് അവർ ഇതെല്ലാം ചെയ്തത്. എന്തിനുവേണ്ടി? കേരളത്തിൽ പുതിയൊരു കവിതാസംസ്ക്കാരം സൃഷ്ടിച്ച്, സാമാന്യജനങ്ങളെ ആ സംസ്ക്കാരത്തിന്റെ അവകാശികളാക്കിത്തീർക്കുന്നതിനുവേണ്ടി എന്നല്ലാതെ മറ്റൊരുത്തരം ആ ചോദ്യത്തിനില്ല. കാവ്യോപാസനയുടെ മറ്റൊരു രൂപമാണതും.

ജനകീയ വിരുദ്ധനും പ്രതിലോമകാരിയുമെന്ന് അയ്യപ്പപ്പണിക്കരെ മുദ്രകുത്താൻ മുതിരുന്നവർ ഇതൊന്നും കണ്ടില്ല, ജനകീയതയുടെ

പേരിൽ പദ്യങ്ങൾ ചമച്ചിറക്കി ആദായമുണ്ടാക്കുന്നവരെയും തനിരൂപത്തിൽ കാണാൻ അവർക്കാർക്കും കഴിഞ്ഞതുമില്ല. ആ ചുറ്റുപാടിൽ, തന്നെ ജനകീയവിരുദ്ധനെന്ന് മുദ്രകുത്തുന്നവരെ അദ്ദേഹം ഫലിതമായി കണ്ടു. ആദായം കൊയ്യുന്ന ജനകീയ കവിതകളെയോ? അവരെ അദ്ദേഹം എങ്ങനെ കണ്ടു എന്നതിനുത്തരം അദ്ദേഹത്തിന്റെ കവിതയിൽ നിന്നുതന്നെ ഉദ്ധരിക്കട്ടെ:

നാളെയുടെ പാട്ടുഞാൻ
പാടിയില്ലേ, തരൂ
നാണയമിതാണെന്റെ
സ്വാതന്ത്ര്യഗായകൻ
എവിടെയൊരുയുദ്ധമു-
ണ്ടെന്നു കേട്ടീടിലും
കവിതയെഴുതീട്ടതും വിറ്റു
കാശാക്കി മാറ്റുന്നു
ബഹുജനഹിതാർത്ഥം
ജനിച്ചു ജീവിപ്പാൻ

സ്വതന്ത്ര്യഗായകൻ, ജനകീയ കവി എന്നീ രണ്ടു പ്രയോഗങ്ങളിലാണ് ഈ വരികൾ സ്പർശിക്കുന്നത് നാളെയുടെ പാട്ടുപാടിയതിന്റെ പ്രതിഫലമായി നാണയം ചോദിക്കുന്നവനാണ് സ്വാതന്ത്ര്യഗായകൻ. സ്വാർത്ഥലാഭപരിത്യാഗമാണ് സ്വാതന്ത്ര്യബോധത്തിന്റെ കാതലെന്നറിഞ്ഞു കൊണ്ട് ഇതു വായിക്കണം. ജനകീയ കവി എന്തു ചെയ്യുന്നു? ഉടൻ വിറ്റഴിക്കാനുപകരിക്കുന്ന തല്ക്കാല വിഷയങ്ങൾ കണ്ടെത്തി, അവയെപ്പറ്റി കവിത പാകപ്പെടുത്തി, കാശുണ്ടാക്കുന്നു. സുഖം! അദ്ദേഹം അവകാശപ്പെടുന്നത് താൻ ബഹുജനഹിതാർത്ഥം ജീവിക്കുന്നുവെന്നു മാത്രമല്ല; താൻ ജനിച്ചതുപോലും ബഹുജനഹിതാർത്ഥമാണെന്നാണ്!

നിരവധിയാണ് അയ്യപ്പപ്പണിക്കരുടെ കവിതാ പരിഭാഷകൾ, റമോൺ ഹിമനേഥ്, അന്നാ അഖ്മത്തോവ, മയകോവ്സ്കി, യെസനിൻ, പാബ്ലോ നെരൂദ, ബെർതോൾട്ട് ബ്രെഹ്ത് മുതലായവരുടെ മികവുറ്റ കവിതകൾ ആ പരിഭാഷകളിൽപ്പെടുന്നു. ആസ്വാദനാഭിരുചിയുള്ള മലയാളികൾക്ക് വായിച്ചാസ്വദിക്കാനും കവിതാസുഖം നുകരാനും പറ്റുന്ന രീതിയിൽ പരിഭാഷ നിർവ്വഹിക്കാൻ അദ്ദേഹത്തിനു പ്രത്യേകചാതുര്യമാണുള്ളത്. ചെറിയ ഒരുദാഹരണം മാത്രം ഇവിടെ ഉദ്ധരിക്കുന്നു, ടി.എസ്. എലിയറ്റിന്റെ *തരിശുഭൂമി*യിൽ നിന്ന്:

"The river's tent is broken, the fingers of Reaf
clutch and sink into the bank, the wind
crosses the brown land unheard.
The nymphs are departed."

പരിഭാഷ :

"നദീകൂടാരം പൊളിഞ്ഞിരിക്കുന്നു. ഇലയുടെ അവസാനവിരലുകൾ നനഞ്ഞ മണ്ണിൽ അള്ളിപ്പിടിച്ച് താഴുന്നു. കാറ്റ് പിംഗലഭൂമി കുറുകെ വീശുന്നു, അശ്രുതമായി. ജലകന്യകൾ പോയിക്കഴിഞ്ഞു."

മലയാളത്തിൽ നിന്ന് ഇംഗ്ലീഷിലേക്കു വിവർത്തനം ചെയ്തതിലും ഇതേ മിതത്വവും സൂക്ഷ്മദൃഷ്ടിയും അയ്യപ്പപ്പണിക്കർ പുലർത്തുന്നു. മലയാളികൾക്കെല്ലാവർക്കും പരിചിതമാണല്ലോ താഴെ ചേർക്കുന്ന മഹാബലിയെക്കുറിച്ചുള്ള ഓണപ്പാട്ട്.

മാവേലി നാടുവാണീടും കാലം
മാനുഷരെല്ലാരുമൊന്നുപോലെ
ആമോദത്തോടെ വസിക്കും കാലം
ആപത്തങ്ങാർക്കുമൊട്ടില്ല താനും

കള്ളവുമില്ല ചതിയുമില്ല
എള്ളോളമില്ല പൊളിവചനം
വെള്ളിക്കോലാദികൾ നാഴികളും
എല്ലാം കണക്കിനു തുല്യമായി

കള്ളപ്പറയും ചെറുനാഴിയും
കള്ളത്തരങ്ങൾ മറ്റൊന്നുമില്ല
കള്ളവുമില്ല ചതിയുമില്ല
എള്ളോളമില്ലപൊളിവചനം

മാവേലി നാടുവാണീടും കാലം
മാനുഷരെല്ലാരുമൊന്നുപോലെ

ഈ പാട്ട് അയ്യപ്പപ്പണിക്കർ പരിഭാഷപ്പെടുത്തിയത് എത്ര ഭംഗിയിലാണെന്നു നോക്കൂ:

The Song of Onam

When Maveli rules over the land
All people form an equal band
As they live in joy and charm
Everyone is free from harm
There is no theft and no deceit
And no one speaks any untruth yet
Weights and measures were all correct
No one tries to cheat or corrupt
When Maveli rules over the land
All people form and equal band

- Anonymous

അന്യഭാഷക്കാർക്ക് മലയാളസാഹിത്യവും ആ സാഹിത്യത്തിന്റെ പൈതൃകവും പരിചയപ്പെടാനുതകുന്ന രീതിയിൽ അയ്യപ്പപ്പണിക്കർ ഒരു ചെറിയ പുസ്തകം ഇംഗ്ലീഷിലെഴുതി പ്രകാശിപ്പിച്ചിട്ടുണ്ട്. മലയാള സാഹിത്യത്തിന്റെ സംക്ഷിപ്ത ചരിത്രം അതുൾക്കൊള്ളുന്നു. (A Short History of Malayalam Literature) നമ്മുടെ സാഹിത്യത്തിന്റെ വികാസ പരിണാമങ്ങളെക്കുറിച്ച് എത്ര ആഴത്തിൽ അദ്ദേഹം മനസ്സിലാക്കിയിട്ടു ണ്ടെന്ന് ഈ പുസ്തകം വെളിപ്പെടുത്തുന്നു. (അതിന്റെ പ്രാരംഭത്തിൽ ചേർത്തിരിക്കുന്ന ഓണപ്പാട്ടാണ് മുകളിൽ ഉദ്ധരിച്ചത്) സ്വന്തം സാഹിത്യ ത്തിന്റെ പാരമ്പര്യം, ചരിത്രം തുടങ്ങിയവയെക്കുറിച്ച് താൻ നേടിയെ ടുത്ത അറിവ് സ്വകാര്യമായി സൂക്ഷിക്കേണ്ടതല്ലെന്ന് അദ്ദേഹം വിശ്വ സിച്ചിരുന്നു. സ്വന്തം ഭാഷയിൽ പകർത്തി സ്വന്തം നാട്ടിൽ ഖ്യാതി സമ്പാദിക്കാൻ ആ അറിവുപയോഗപ്പെടുത്താവുന്നതാണ്. അങ്ങനെ യൊരു ഖ്യാതിയിലും അദ്ദേഹം തല്പരനായില്ല. തന്റെ സാഹിത്യ ത്തിന്റെ സ്വഭാവവും ചരിത്രവും അന്യഭാഷക്കാരെ അറിയിക്കാനാണ് ആ അറിവ് ഉപയോഗപ്പെടുത്തേണ്ടതെന്ന് അദ്ദേഹത്തിനു ബോദ്ധ്യ മുണ്ടായിരുന്നു. അതിന്റെ അടിസ്ഥാനത്തിൽ രചിച്ച ഈ പുസ്തകം അയ്യപ്പപ്പണിക്കരുടെ ഭാഷാഭിമാനത്തിനു തെളിവാണ്. ഭാഷാസാഹിത്യ ചരിത്രത്തിൽ അദ്ദേഹത്തിനുള്ള പരിജ്ഞാനത്തിന്റെ തെളിവായും വർത്തിക്കുന്നു ഈ ചെറിയ പുസ്തകം. ശ്രദ്ധയർഹിക്കുന്നതിനുള്ള വൈഭവം മാത്രമല്ല, അതിൽ കാണേണ്ടതെന്നർത്ഥം. സ്വന്തം അമ്മയെ എന്നപോലെയാണ് അദ്ദേഹം മലയാള സാഹിത്യത്തെ കണ്ടിരുന്നത്.

ഇടപ്പള്ളി രാഘവൻപിള്ളയെക്കുറിച്ച് നൽകിയിരിക്കുന്ന വിവരണം മാത്രം, ഈ ലഘുചരിത്രത്തിന്റെ സ്വഭാവം മനസ്സിലാക്കുന്നതിനു വേണ്ടി, ഇവിടെ ഉദ്ധരിക്കട്ടെ:

'Two poets, Edappally Raghavan Pillai and Changampuzha Krishna Pillai, brought in a new breath of life into the Malayalam Poetry of the 1930's. Edappally Raghavan Pillai (1909-1936), one of the true inheritors of unfulfilled renown among modern Malayalam poets, brought out and emphasized the finer elements which were after muted in the poems of the Vallathol School. His poetry reminds us of a vibrant melody played on a single string instrument. Before he committed suicide in 1936 he wrote a few excellent lyrics in the pure romantic strain with no hangover from neo-classicism. The close alliance between nature and the poet's mood of the moment is a recurring theme in his work, as in the following lines from 'Pratheesha' (Hope).

Come away, come away, my bird of hope
Darkness is spreading everywhere!
Singing its last song, to the west
The golden bird of twilight has flown;

In the flower garden of the night
Already the jasmine buds of tonight have blossomed
The last flickering smile of the lotus;
The cuckoo, tired of its singing,
Is asleep on the tree of the yard.
My bird of hope, wandering somewhere
In the heavens, please come away!

The double-distilled essence of romantic lyricism, tender, a delicate and wistful; never before or after in the history of Malayalam poetry has been captured in words. Edppally Raghaven Pillai has been compared by A. Balakrishna Pillai to Leopoldi of Italy : the brooding melancholy of an autumnal afternoon lingers over the poems of both.

(ലിയോപ്പോർഡിയുടെ കവിതകൾ നേരത്തെ തന്നെ പരിഭാഷപ്പെടുത്തി അയ്യപ്പപ്പണിക്കർ *ഗോപുര*ത്തിൽ പ്രസിദ്ധീകരിച്ചെന്ന് ഓർമ്മിക്കുക)

താരതമ്യം ചെയ്തു പരിശോധിക്കുന്നതിനുവേണ്ടി ഇടപ്പള്ളി രാഘവൻപിള്ളയുടെ മലയാളത്തിലുള്ള വരികൾകൂടി താഴെ ഉദ്ധരിക്കുന്നു:

പോരിക, പോരികെന്നാശാപതംഗമേ,
കൂരിരുളെങ്ങളും പരന്നീടുന്നു!
തന്നന്ത്യഗാനവും പാടിപ്പടിഞ്ഞോട്ടു
പൊന്നന്തിപ്പൈങ്കിളി പാറിപ്പോയി;
അല്ലിന്റെയമ്മലർവാടിയിലിന്നത്തെ
മുല്ലപ്പൂവെല്ലാം വിരിഞ്ഞുതീർന്നു;
അംബുജം തന്നന്ത്യമന്ദസ്മിതാങ്കുര-
മന്തിപ്രഭയിലലിഞ്ഞു ചേർന്നു;
കൂകിത്തളർന്നൊരു കോകിലം മുറ്റത്തെ
മാകന്ദക്കൊമ്പിലുറക്കമായി;
ആകാശദേശത്തിലെങ്ങാനലയുമെ-
ന്നാശാപതംഗമേ, പോരുക നീ!

കവിത തിരഞ്ഞെടുക്കുന്നതിലും, സമുചിതമായ സ്വരം ദീക്ഷിച്ചുകൊണ്ട് വിവർത്തനം ചെയ്യുന്നതിലും പ്രതിഫലിക്കുന്ന സമുന്നതവും സമുചിതവുമായ അഭിരുചിവിശേഷം പ്രത്യേകമായ പ്രശംസ അർഹിക്കുന്നുവെന്നേ പറയേണ്ടൂ!

മലയാളസാഹിത്യചരിത്രം സാകല്യേന ദർശിച്ചുകൊണ്ടെഴുതിയ ഈ കൃതി 1982-ൽ പ്രകാശിതമായി. അയ്യപ്പപ്പണിക്കരുടെ സാഹിത്യമൂല്യാധിഷ്ഠിതമായ വിവേചനബുദ്ധിക്കു നല്ലൊരു പീഠികയായി ഇതു പകരിക്കുന്നു; വിദേശികൾക്കെന്നപോലെ മലയാളികൾക്കും. ഈ ലഘു

ചരിത്രത്തോടു ചേർത്തു പറയേണ്ടതാണ്. തകഴിയെക്കുറിച്ച് ഇംഗ്ലീഷിലെഴുതിയ കൃതി (*Thakazhi Sivasankaran PIllai - 1989*) ലോകത്തിന്റെ ശ്രദ്ധ മലയാളത്തിൽ പതിയുന്നതിന് കാരണമായിത്തീർന്ന തകഴിയെപ്പറ്റി ഇംഗ്ലീഷിൽ ഒരു പുസ്തകം രചിക്കാൻ അയ്യപ്പപ്പണിക്കർ മുതിരുന്നത് വ്യക്തിബന്ധം മൂലമല്ല. തകഴിയുമായി ഗാഢമായ ബന്ധം അദ്ദേഹത്തിനുണ്ടായിരുന്നു. എങ്കിലും മാധ്യമപ്രവർത്തകരുടെ സാന്നിദ്ധ്യമില്ലാത്ത അവസരങ്ങളിൽ തകഴിയെ കാണാനെത്തുന്ന ചുരുക്കം പേരിലൊരാൾ അദ്ദേഹമായിരുന്നു. അദ്ദേഹത്തിന്റെ കഥാലോകത്തിന് ലോകസാഹിത്യവേദിയിൽ പ്രവേശിക്കാനാവശ്യമായ ബാഹിതീയഗുണമുണ്ടെന്ന തിരിച്ചറിവാണ് അതിനു പ്രേരകമായത്. തനിക്കു പരിചിതമായ ദേശകാലങ്ങളെ മാത്രം പ്രതിപാദ്യമാക്കുകയും, അന്യദേശക്കാർക്കാസ്വാദ്യമായ രീതിയിൽ ആവിഷ്ക്കരണം നിർവ്വഹിക്കുകയും ചെയ്യുക, ഒരു പ്രതിഭാശാലിയുടെ നൈസർഗ്ഗികമായ വൈഭവമാണ് അവിടെ പ്രകടമാക്കുക Local colour with universal appeal എന്ന് പാശ്ചാത്യർ പറയുന്ന ആ ഗുണം തിരിച്ചറിയുന്നതിന് ഉൾക്കാഴ്ച ആവശ്യമാണ്. വിവരണം സംക്ഷിപ്തമാണെങ്കിലും തകഴിയുടെ കൃതികൾ സമഗ്രമായി കാണുന്നതിന് ആ ലഘുഗ്രന്ഥം ഉപകരിക്കുന്നുണ്ട്. ഗവേഷണത്തിന്റെ സാമ്പ്രദായികമാർഗ്ഗം അവലംബിച്ചിട്ടുണ്ടെങ്കിലും പ്രതിപാദനം രസപ്രദവും വിജ്ഞാനദായകവുമാണെന്നുള്ളതാണ് അതിന്റെ മേന്മ.

നമ്മുടെ സാഹിത്യത്തെ ലോകസാഹിത്യവേദിയിലവതരിപ്പിക്കാൻ ഇതുപോലെ പല സേവനങ്ങളും, ധാരാളമായ പ്രയത്നശേഷിയോടും ക്ഷമാശീലത്തോടും കൂടി അദ്ദേഹം അനുഷ്ഠിച്ചിട്ടുണ്ട്. ലഘുവായ ഇത്തരം ഒരു രേഖാചിത്രത്തിൽ അതൊക്കെയും ഉൾക്കൊള്ളിക്കുക സാദ്ധ്യമല്ല. ഒന്നുമാത്രം അർത്ഥശങ്കയ്ക്കിടയില്ലാത്തവിധം പ്രസ്താവിക്കട്ടെ. ക്ഷീണിക്കാത്ത മനീഷയും മഷിയുണങ്ങീടാത്ത പൊൻപേനയും മലയാളവാണിക്കുവേണ്ടി ഉഴിഞ്ഞുവയ്ക്കുകയും അതിന്റെ സിദ്ധികളാൽ കേരളത്തെ സമ്പന്നമാക്കുകയും ചെയ്ത മറ്റൊരാൾ നമ്മുടെ കാലഘട്ടത്തിലില്ല; അദ്ദേഹത്തിന്റെ സമീപത്തെത്തുന്നവർ പോലുമില്ലെന്നുള്ളതാണ് സത്യം. ■

ആറ്

കവിയായ അയ്യപ്പപ്പണിക്കരിലേക്ക് കടക്കേണ്ട സന്ദർഭം ഇതാണ്.

പ്രബന്ധങ്ങളിലൂടെ ശ്രദ്ധയോടെ കടന്നുപോകുമ്പോൾ, അയ്യപ്പപ്പണിക്കർ എന്ന ഗദ്യകാരനിലെ മൂന്നു ഗുണങ്ങൾ സമാദരണീയമാം വിധം അതിൽ കലർത്തിയിരിക്കുന്നതു കാണാം. ആവർത്തിക്കട്ടെ; രചനകളിലെങ്ങും വ്യാപിച്ചിരിക്കുന്ന കുലീനതയാണ് ഒന്നാമത്തേത്. മറ്റുള്ളവരെ അവഹേളിക്കുന്നതും കുറ്റപ്പെടുത്തുന്നതുമായ ഒരു ഭാഗം പോലും അതിലില്ല. അന്യരെ ആക്ഷേപിക്കാനും ശകാരിക്കാനും ഉത്സാഹം കാണിക്കുന്നവരാണ് അക്കാലത്ത് അരങ്ങുതകർത്തുകൊണ്ടിരുന്നത്. അക്കൂട്ടരാണ് വാർത്തകളിൽ സ്ഥാനം പിടിച്ച് *സുപ്രസിദ്ധ* സാഹിത്യകാരന്മാരും *സാംസ്കാരികനായകന്മാരു*മായി വിലസിയതും! തറവാട്ടിൽ ജനിച്ചവർ ആ ദുർവ്വാസനയ്ക്കു വിധേയരാവുകയില്ല എന്നതിന് മികച്ച ഉദാഹരണമാണ് അയ്യപ്പപ്പണിക്കർ. തന്നെ പല രീതികളിൽ ആക്ഷേപിക്കാൻ മുതിർന്നവരുടെ മുമ്പിലും സംസ്കാരത്തിന്റെ സംയമനമേ അദ്ദേഹം പുലർത്തിയിരുന്നുള്ളൂ. അത് വാസ്തവത്തിൽ അദ്ദേഹത്തിന്റെ ബലവുമായിരുന്നു.

(തെറി വിളിക്കുക ബലഹീനന്റെ ആയുധമാണ്. സ്വന്തം ഭീരുത്വത്തിനു മറയായി അവൻ അതുപയോഗിക്കുന്നു.)

രണ്ടാമത്തെ ഗുണം, ക്രമീകരണത്തിലും വിശകലനത്തിലും അദ്ദേഹം പ്രകടമാക്കുന്ന നൈപുണ്യമാണ്. അദ്ദേഹത്തിലെ ഗവേഷണബുദ്ധിയും ശാസ്ത്രീയവീക്ഷണവും അവയിൽ പ്രയുക്തമായിരിക്കുന്നത് ശ്രദ്ധാലുക്കൾക്ക് തെളിഞ്ഞു കാണാം.

സർഗ്ഗാത്മകമായ ചിന്തയിൽനിന്നു ജനിക്കുന്ന ആശയങ്ങളുടെ തിളക്കമാണ്, മൂന്നാമതായി നമ്മെ വിസ്മയിപ്പിക്കുന്നത്. *ഓ, ആശയലോകത്തിൽ ഇങ്ങനെയും മിന്നലാട്ടങ്ങളുണ്ടല്ലോ!* എന്നു നാം വിസ്മയത്തോടെ പറഞ്ഞുപോകുന്നു. ആ ആശയങ്ങളാകട്ടെ, ഒന്നിനൊന്ന് നവീനമായിത്തീർന്നുകൊണ്ടിരിക്കുകയും ചെയ്യുന്നു. ചിന്തിക്കുന്ന മനസ്സ്, എമേഴ്സൺ പറഞ്ഞതുപോലെ, സ്വന്തം ആശയങ്ങൾ നിരന്തരം നവീകരിച്ചുകൊണ്ടിരിക്കുന്നു. ആശാന്റെ *പ്രതിനവഭിന്ന വിചിത്രമാർഗ്ഗം* എന്ന പ്രയോഗം ചിന്തയ്ക്കും ബാധകമാണ്.

എന്നാൽ, കവിതയിലേക്കു തിരിയുമ്പോൾ ഇതിൽനിന്നെല്ലാം വ്യത്യസ്തമായ സർഗ്ഗാത്മക ചൈതന്യത്തിന്റെ പ്രത്യക്ഷീകരണം ദർശിച്ച് നാം വിസ്മയാധീനരാകുന്നു.

ശ്രദ്ധയോടുകൂടി യുക്തിബന്ധം ദീക്ഷിച്ച ഗദ്യമെഴുതുന്ന അയ്യപ്പപ്പണിക്കരെ ആ കവിതകളിൽ നാം കാണുന്നില്ല. അതിനിഗൂഢമായ ആന്തരികലോകത്തിന്റെ സ്വപ്നാത്മകമേഖലകളിൽ വിഹരിച്ചുകൊണ്ട്, വെളിച്ചപ്പാടിനെപ്പോലെ, ദേവതാവിഷ്ടനായി ഗാനമാലപിക്കുന്ന മറ്റൊരു അയ്യപ്പപ്പണിക്കരാണ് ആ കവിതകളിൽ നിറഞ്ഞുനിൽക്കുന്നത്. ദേവത എന്ന പ്രയോഗത്തിൽ അലൗകികശക്തി എന്ന വിവക്ഷയേ ഞാൻ ഉൾക്കൊള്ളിച്ചിട്ടുള്ളൂ. ഇവിടെ ആ ദേവത യുഗചേതനയല്ലാതെ മറ്റൊന്നല്ല. ഇരുപതാം നൂറ്റാണ്ടിന്റെ വിഭ്രാന്തമായ ചേതനയാലാവിഷ്ടനായി, തനിക്കുതന്നെ പൂർണ്ണമായും നിശ്ചയമില്ലാത്ത ആ നിഗൂഢലോകത്തിന്റെ ചേതനാരഹസ്യം വാക്കുകളിൽക്കൂടി മൂർത്തരൂപത്തിൽ അവതരിപ്പിക്കുന്ന ഈ കവി, ഒരു അപൂർവ്വപ്രതിഭയുടെ അസാധാരണമായ സർഗ്ഗശക്തിയാൽ, പ്രജാപതിയുടെ തേജസ്സോടെ ആ കവിതാലോകത്തിൽ പ്രത്യക്ഷപ്പെടുന്നു.

ഇരുപതാം നൂറ്റാണ്ട്; അയുക്തികമായ ആധികളാലും ഉത്കണ്ഠകളാലും പീഡിതമായ ഒരു കാലഘട്ടം; രണ്ടു ലോകമഹായുദ്ധങ്ങളാണ് ആ കാലഘട്ടം അനുഭവിച്ചത്. മനുഷ്യർ സുസംഘടിതമായി, ആസൂത്രിതമായി, നടത്തുന്ന മനുഷ്യക്കശാപ്പാണതെന്നു മനസ്സിലാക്കാൻ വേണ്ടും വിജ്ഞാനം നേടിയവരാണ് അതിനു സാക്ഷികളായതും ഇരകളായതും.

പഴയ കാലത്തും യുദ്ധങ്ങൾ നടന്നിട്ടില്ലേ? നടന്നിട്ടുണ്ട്, ചരിത്രത്തിലുടനീളം യുദ്ധങ്ങൾ നടന്നിട്ടുണ്ട്. ആ യുദ്ധങ്ങളും ക്രൂരതയുടെ സംഹാരതാണ്ഡവമല്ലേ കാഴ്ചവച്ചത്? അവയിൽ നിന്നെന്തു വ്യത്യാസമാണ് ഇരുപതാം നൂറ്റാണ്ടിലെ യുദ്ധങ്ങൾക്ക്?

ലഘുവായ ഒരു വിശദീകരണം ഇവിടെ ആവശ്യമായിവരുന്നു. ഇരുപതാം നൂറ്റാണ്ടിലുണ്ടായത് രണ്ടു രാജ്യങ്ങൾ തമ്മിലുള്ള യുദ്ധമല്ല; ലോകമഹായുദ്ധങ്ങളാണ്. ഒന്നാം ലോകമഹായുദ്ധത്തെക്കുറിച്ച് നമ്മുടെ കവിയായ കുമാരനാശാൻ പരാമർശിച്ചതിങ്ങനെയാണ്:

ഐരോപ്യാഹവവഹ്നി ഭൂമിയെ ദഹിപ്പിക്കുന്നു...

ഏതെങ്കിലുമൊരു രാജ്യത്തെ ദഹിപ്പിക്കുന്നുവെന്നല്ല, ഭൂഗോളത്തെയാകെ ദഹിപ്പിക്കുന്നുവെന്നാണ് വിവരണം. ലോകത്തിന്റെ *ധനരക്തനാഡി* നിലച്ചുപോയെന്നും; *ഗ്രഹാനുഗ്രഹം തെറ്റി*യെന്നും വ്യാധികളുമായി കാലൻ തന്നെ എത്തിയിരിക്കുന്നുവെന്നും കവി തുടർന്നു വിവരിക്കുന്നു. അന്നത്തെ കൊച്ചു തിരുവിതാംകൂറിലിരുന്നുകൊണ്ടാണ് ഒരു കവി ഒന്നാം ലോകമഹായുദ്ധത്തെപ്പറ്റി ഇപ്രകാരമെഴുതിയതെന്നോർക്കണം! അതും പ്രാസംഗികമായി! മനുഷ്യഞരമ്പുകളെ

പിടപ്പിക്കുന്ന മാനസിക കാലാവസ്ഥ ലോകമെങ്ങും വ്യാപിച്ചതിന്റെ ഫലമായിട്ടാണ് ആശാൻ എന്ന മലയാളകവിയിൽനിന്ന് ഇപ്രകാരമൊരു വിവരണം സ്വാഭാവികരീതിയിലുണ്ടായത്.

രാജ്യങ്ങൾ തമ്മിലുണ്ടായ യുദ്ധങ്ങൾ മനുഷ്യസ്വഭാവത്തിലെ വിശിഷ്ട ഗുണങ്ങളിൽ ചിലതിനെങ്കിലും ഉത്തേജനം നൽകിയെന്നു കൂടി പറയണം. ധീരത, വീര്യം, ത്യാഗബുദ്ധി, സഹാനുഭൂതി മുതലായ ഗുണങ്ങൾക്കു പഴയ യുദ്ധങ്ങൾ പ്രകാശനം നൽകിപ്പോന്നു. ദേശാഭിമാനം എന്ന പരിമിതിയിൽ ആ ഗുണങ്ങളുടെ പ്രകാശനം ഒതുങ്ങി നിന്നുപോയി എന്നു മാത്രം! (ഏതു യുദ്ധത്തിന്റെയും ഭാഗമായ കൊലയും കൊള്ളയും ക്രൂരതയും അതോടൊപ്പം നടന്നു എന്ന വസ്തുത മറക്കുന്നില്ല.) അതുപോലെ, പരാജിത രാജ്യം വിജയിച്ച രാജ്യത്തിൽ ലയിക്കുന്നതുമൂലം രാജ്യാതിർത്തികൾ വിപുലമായിത്തീരുന്നതിനും ആ യുദ്ധങ്ങൾ കാരണമായിത്തീർന്നുകൊണ്ടിരുന്നു. അതു ഫലത്തിൽ ആശാസ്യമായ മാറ്റമാണുളവാക്കിയത്.

എന്നാൽ, ലോകമഹായുദ്ധങ്ങളിൽ മനുഷ്യന്റെ ബാഹുവീര്യത്തിനോ ധീരോദാത്തതയ്ക്കോ സ്ഥാനമില്ല. ബുദ്ധിശക്തിയുടെ യാന്ത്രികമായ പ്രവർത്തനത്തിനാണ് അതിൽ ആധിപത്യം. സംഘടിതമായ മനുഷ്യക്കശാപ്പിനുപകരണമായത് യാന്ത്രികോപകരണങ്ങളാണ്. (വീര്യത്തിനും ധീരതയ്ക്കും അതിൽ പങ്കില്ല.) കപ്പലുകളും വിമാനങ്ങളും പലതരം നശീകരണായുധങ്ങളും മറ്റുമാണ് അതിലെ വീരയോദ്ധാക്കൾ! സംഹാരാത്മകമായ ബുദ്ധിശക്തിക്കല്ലാതെ മാനുഷികഗുണങ്ങൾക്കൊന്നിനും അതിൽ പങ്കില്ല.

ദേശാഭിമാനം എന്ന വികാരം അക്കാലത്ത് കാലഹരണപ്പെടാൻ തുടങ്ങിയിരുന്നു. *സമത്വസുന്ദരമായ ലോകം* എന്ന ചിരപുരാതന സ്വപ്നം പ്രായോഗികതലത്തിൽ യാഥാർത്ഥ്യമാക്കിത്തീർക്കാൻ സാധിക്കുമെന്ന പ്രതീക്ഷ ലോകമനസ്സിലങ്കുരിപ്പിച്ച മാർക്സിസം ദേശാഭിമാനം എന്ന സങ്കുചിത വികാരത്തിനേല്പിച്ച ആഘാതം അന്ന് ശക്തമായിരുന്നു. അതിനാൽ ആ സ്വപ്നത്താൽ പ്രചോദിതരായി ലോകജനതയ്ക്ക് ഉണരാനും കഴിഞ്ഞിരുന്നു. തന്മൂലം യുദ്ധം എന്ന വിപത്തിന്റെ ദുരന്തവേദന ലോകമെങ്ങുമുള്ള മനുഷ്യരെയെല്ലാം ഏറിയും കുറഞ്ഞും ബാധിക്കുക തന്നെ ചെയ്തു.

ആറ്റംബോംബ് മൂലം ഹിരോഷിമയും നാഗസാക്കിയും വെന്തെരിഞ്ഞപ്പോൾ ലോകജനതയുടെ ഹൃദയമാണ് *ഘോരാന്തർജ്വരപീഡ*യിൽ പിടഞ്ഞത്. നിഷ്കളങ്കതയുടെ നിറകുടങ്ങളായ കുഞ്ഞുങ്ങൾ, പുണ്യം പുലർത്തുന്നതിൽ അഭിമാനം പൂണ്ട സ്ത്രീപുരുഷന്മാർ, പ്രേമത്താൽ പ്രേരിതരായി മനുഷ്യരാശിയെ സേവിക്കാൻ നാനാമാർഗ്ഗങ്ങളിൽ പരിശ്രമിച്ചവർ, എല്ലാവരും ദേവാലയങ്ങളോടും വിദ്യാലയങ്ങളോടും ഗവേഷണ സ്ഥാപനങ്ങളോടുമൊപ്പം തകർന്നു ഭസ്മമായിത്തീർന്നു.

അവശേഷിക്കുന്നവർ അസഹ്യവേദനയിലും മാറാരോഗങ്ങളിലും അകപ്പെട്ട്, മരിച്ചവരിൽ അസൂയാലുക്കളായി, മരണം എന്ന മോചനത്തിനു വേണ്ടി നിലവിളിച്ചു.

ആർക്കുവേണ്ടി, എന്തിനുവേണ്ടി, ഇതെല്ലാം സംഭവിച്ചു? ആരു തോറ്റു, ആരു ജയിച്ചു? മനുഷ്യരാശിയാണു തോറ്റത്; മനുഷ്യത്വമാണു തോറ്റത്. മനുഷ്യജന്തുവിൽ കുടികൊള്ളുന്ന, ഒടുങ്ങാത്ത, പാപവാസനയാണ് ജയിച്ചത്!

ലോകമനഃസാക്ഷിയിൽ ലോകയുദ്ധങ്ങളേല്പിച്ച ആഘാതത്തിന്റെ ആഴം വിവരിക്കാൻ വാക്കുകൾ അപര്യാപ്തമാണ്. കലാവാസനയുടെ ഹൃദയതന്ത്രികളെ ആ ആഘാതം പ്രകമ്പനം കൊള്ളിക്കുക തന്നെ ചെയ്തു.

മോക്ഷത്തെ സംബന്ധിക്കുന്ന പൊതുവിശ്വാസങ്ങൾ ഇടിഞ്ഞു പൊളിഞ്ഞുകൊണ്ടിരുന്ന ഒരന്തരീക്ഷത്തിലാണ് ഇതു സംഭവിച്ചതെന്ന് ഓർമ്മിച്ചേ തീരൂ. പതിനേഴാം നൂറ്റാണ്ടിൽ പ്രപഞ്ചരഹസ്യത്തെക്കുറിച്ച് ശാസ്ത്രം കണ്ടെത്തിയ സത്യങ്ങൾ, പതിനെട്ടാം നൂറ്റാണ്ടിൽ ആ സത്യങ്ങളോടു ചേർന്നുകൊണ്ട് യുക്തിചിന്ത അനാവരണം ചെയ്ത നവീന നീതിബോധം (സ്വാതന്ത്ര്യത്തെയും സമത്വത്തെയും സാഹോദര്യത്തെയും കുറിച്ചുള്ള നവീന നീതിബോധം), പത്തൊമ്പതാം നൂറ്റാണ്ടിൽ ശാസ്ത്രവിജ്ഞാനത്തോടും യുക്തിവാദത്തോടും ബന്ധപ്പെട്ടുകൊണ്ട് മാർക്സിസ്റ്റ് പ്രത്യയശാസ്ത്രം അവതരിപ്പിച്ച ശുഭപ്രതീക്ഷ; പടിപടിയായി വളർന്നു ദൃഢമായിക്കൊണ്ടിരുന്ന ആ ശുഭപ്രതീക്ഷയാണ് ഇരുപതാം നൂറ്റാണ്ടിൽ ഇടിഞ്ഞുപൊളിഞ്ഞു വീണത്!

മതവിശ്വാസമോ ശാസ്ത്രമോ ജനാധിപത്യപ്രക്രിയയോ കമ്മ്യൂണിസമോ ഭൂമിയെ സ്വർഗ്ഗതുല്യമാക്കുകയില്ലെന്ന, *നല്ല നാളെ* സൃഷ്ടിക്കുകയില്ലെന്ന, ധാരണ പടിപടിയായി ദൃഢീഭവിക്കുകയും പരസ്പരം മനസ്സിലാക്കുന്നതിനാലംബമാകും എന്ന പൊതുവിശ്വാസം തകരുകയും ചെയ്തു. (*ദൈവം മരിച്ചു* എന്ന നീഷേയുടെ പ്രഖ്യാപനത്തിൽ ആ തകർച്ചയുടെ ശബ്ദമാണുള്ളത്.) അതോടെ, അഖണ്ഡമായ ഭൂഖണ്ഡത്തിന്റെ അവിഭാജ്യഘടകമായ മനുഷ്യർ എന്ന വിശ്വാസത്തിന്റെ സ്ഥാനത്തു ഒറ്റപ്പെട്ട ദ്വീപുകളായി മാറിയ മനുഷ്യൻ (ദയനീയമായി) അവശേഷിച്ചു. ആ ദയനീയതയുടെ നേർക്ക് രോഷം പൂണ്ട, കീഴടങ്ങാൻ വിസമ്മതിക്കുന്ന, പ്രതിഭാശാലികളുടെ സൃഷ്ടിയാണ് ആധുനികതയുടെ സങ്കീർണ്ണമായ (ചിലപ്പോൾ ദുർഗ്രഹമായ) കലാസാഹിത്യരൂപങ്ങൾ. ആ വിഭാഗത്തിലാണ് അയ്യപ്പപ്പണിക്കരുടെ കവിതകൾക്കു സ്ഥാനം.

ചക്രവാളത്തിനപ്പുറം ചൂടുകൾ ഞെട്ടി വന്നു പിറന്ന നക്ഷത്രമേ എന്ന സംബോധനയിൽ തന്റെ കാലഘട്ടത്തെ ഗ്രസിച്ചിരിക്കുന്ന വിഭ്രാന്തിയുടെ സ്വരം പ്രതിദ്ധ്വനിക്കുന്നു. അതോടൊപ്പം, ആ വിഭ്രാന്തിയിൽ നിന്നു മോചനം നേടുന്നതിനുള്ള പ്രാർത്ഥനയും (നക്ഷത്രത്തെ

സംബോധന ചെയ്യുന്നതിൽ പ്രാർത്ഥനയുടെ പവിത്രതയാണുള്ളത്.) വിശ്വാസത്തകർച്ചയിലെ വിഭ്രാന്തിയും മോചനത്തിനായുള്ള പ്രാർത്ഥനയും... രണ്ടും ആശ്ലേഷത്തിൽ ലയിക്കുന്നതിന്റെ ശില്പമാണ് *കുരുക്ഷേത്രം.* ഒരു പേക്കിനാവിന്റെ യുക്തിവികലമായ അനുഭവം മുറ്റിനിൽക്കുന്ന ആ കവിതയിലുടനീളം പ്രാർത്ഥനയുടെ താരസ്വരം അന്തരീക്ഷത്തിൽ വിശുദ്ധിയോടെ ഒഴുകുന്നു.

സുഖം ദേഹി ഹൃഷീകേശ!
സുഖം ദേഹി ജനാർദ്ദന!

എന്നതാണ് ആ പ്രാർത്ഥന. വിഷ്ണുവിനെ വിളിച്ചാണ് പ്രാർത്ഥിക്കുന്നത്. (ഹൃഷീകേശനും ജനാർദ്ദനനും വിഷ്ണു തന്നെ.) *സൂര്യചന്ദ്രരൂപനായിരിക്കുന്ന യാതൊരുവന്റെ കേശങ്ങൾ, രശ്മികൾ, ജഗത്തിനു ഹർഷമുണ്ടാക്കുന്നുവോ അവൻ ഹൃഷീകേശൻ. മായാവിനോദനൻ, മോക്ഷത്തിനായി ജനങ്ങളാൽ യാചിക്കപ്പെടുന്നവൻ* എന്നാണ് വിഷ്ണുവിന്റെ ശബ്ദാർത്ഥം. സംബോധനകളിൽ വിശ്വവ്യാപിയായ സനാതനചൈതന്യത്തിലുള്ള വിശ്വാസം തുളുമ്പുന്നു. അതില്ലാതെ നിലനില്പില്ല. അതില്ലാതെ സൃഷ്ടിയുമില്ല. കാരണം, വിശ്വാസത്തിന്റെ ആവിഷ്കാരമാണ് സൃഷ്ടി.

എന്തിനുവേണ്ടിയാണ് പ്രാർത്ഥന? സുഖത്തിനു വേണ്ടി! വ്യക്തിയെന്ന നിലയിൽ നേടാനാവാത്തതാണ് സുഖം. അതാണ് സത്യമെന്ന് നാമാരും ഓർക്കുന്നില്ലെന്നേയുള്ളൂ. മനുഷ്യരാശിയുമായി പ്രേമത്താൽ ബന്ധപ്പെടാതെ നമുക്കാർക്കും വ്യക്തികളെന്ന നിലയിൽ സുഖം ലഭിക്കുകയില്ല. അതറിഞ്ഞുകൊണ്ടാണ് ശ്രീനാരായണഗുരു *ദൈവദശകം* ഇപ്രകാരമവസാനിപ്പിച്ചത്.

ആഴമേറും നിന്മഹസ്സാ-
മാഴിയിൽ ഞങ്ങളാകവേ
ആഴണം വാഴണം നിത്യം
വാഴണം, വാഴണം സുഖം

നിന്മഹസ്സാമാഴിയിൽ എന്ന പ്രയോഗത്തിൽ മനുഷ്യരാശി ഒന്നായി ഒതുങ്ങുന്നു. ആ ആഴിയിൽ ഞങ്ങളാകവേ ആഴുമ്പോൾ മാത്രമേ സുഖം വാഴുകയുള്ളൂ.

സത്യത്തിന്റെ ഈ രഹസ്യമാണ് *കുരുക്ഷേത്ര*ത്തിലെ പ്രാർത്ഥന ഉൾക്കൊള്ളുന്നത്. പാരിന്റെ ചോരയൂറുന്നതിനും നാഡി മിടിക്കുന്നതിനും വേണ്ടി ഉണരേണമേ എന്ന് നക്ഷത്രത്തിന്റെ മുമ്പാകെ സമർപ്പിക്കുന്ന യാചന അർത്ഥഗർഭമാണ്.

പാപവാസനകളാൽ മനുഷ്യൻ വികൃതമാക്കിക്കൊണ്ടിരിക്കുന്ന, നശിപ്പിച്ചുകൊണ്ടിരിക്കുന്ന, പാരിനെ ഉൾക്കാഴ്ചയോടെ കാണാതെ ഒരു കവിക്ക് ഇങ്ങനെ പ്രാർത്ഥിക്കാനാവുകയില്ല. വിചിത്രമായ

ബിംബങ്ങളിൽ കൂടി ആ ഉൾക്കാഴ്ച കാവ്യശില്പത്തിലൂടെ കവി അഭിവ്യഞ്ജിപ്പിച്ചിരിക്കുന്നു.

മനുഷ്യസ്വഭാവത്തിൽ പൈശാചിക ഭാവത്തോടുകൂടി കലർന്നിരിക്കുന്ന പാപവാസനയെന്തെന്ന് ആഴത്തിലറിഞ്ഞ കവിയാണ് അയ്യപ്പപ്പണിക്കർ.* (ദുഷ്ടത, ക്രൗര്യം, ആധിപത്യമോഹം, സംഹാരവ്യഗ്രത തുടങ്ങിയ പലതും ആ വാസനയിലുണ്ട്.) ആ പാപവാസനയുടെ സമാഹൃതരൂപമത്രെ മഹായുദ്ധം. മതവും സാഹിത്യവും മനുഷ്യവിമോചനാദർശങ്ങളും മറ്റും അതിനോടിണങ്ങിപ്പോകുന്നു. ഓരോ രാജ്യത്തിലെയും ദേവാലയങ്ങൾ ആ രാജ്യം *ജയിക്കാൻ* വീറോടെ പ്രാർത്ഥിക്കുക മാത്രം ചെയ്തു! യുദ്ധം എന്ന ഘോരമായ പാപകർമ്മത്തിൽ പ്രതിഷേധം പ്രകടമാക്കിയ ദാർശനികൻ ജയിലഴിക്കുള്ളിലാവുകയും ചെയ്തു. അതിൽ ആർക്കും പ്രതിഷേധം തോന്നിയില്ല.

നീലക്കരിമുകിൽത്തോപ്പുകളെല്ലാം
തീയിട്ടു സംസ്കാരം കണ്ണടയ്ക്കുമ്പോൾ

എന്ന വാക്കുകളിൽ ആ അവസ്ഥ പ്രതിഫലിക്കുന്നു. അതിലകപ്പെട്ടവനുഭവിക്കുന്ന *നീറും വ്യഥ*കൾക്കു ശമനമേകാൻ അവതാരപുരുഷന്മാരില്ല, പുണ്യപുരുഷന്മാരുമില്ല.

നീതിക്കുവേണ്ടിക്കരഞ്ഞുഴന്നീടവേ
ഗീത ചൊല്ലിക്കേട്ടൊരർജ്ജുനനല്ല ഞാൻ

പുണ്യപുരുഷന്മാരാകട്ടെ, ഒന്നോടെ മറഞ്ഞുപോയിരിക്കുന്നു. അവരുടെ കഥകൾ കേവലം മിഥ്യാപുരാണം!

തിന്മയുടെ അതിപ്രസരത്തിന്റെ നേർക്ക് രണ്ടു ഭാവവിശേഷങ്ങളാണ് അയ്യപ്പപ്പണിക്കരിൽ മുഖ്യമായും ഉണർന്നു കാണുന്നത്. മൃത്യുപൂജാഭാവം ഒന്ന്. മറ്റൊന്നു ഹാസ്യഭാവം. (അഗാധമായ ഹാസ്യഭാവം എപ്പോഴും വ്യഥയുടെ മന്ദഹാസമാണ്.) മൃത്യുപൂജാ ഭാവത്തിന്റെ ഗതി ഇങ്ങനെ:

കല്പാന്തമിങ്ങനെ
കഴിഞ്ഞാൽ പുരാണകഥ
പൊട്ടിത്തളിർത്തു തണലേകാം.
വീണ്ടും ജനിക്കുമൊരു
തോട്ടം നിറച്ചു ഫല
വൃക്ഷം നിറച്ചു വിഷപുഷ്പം.
ദൈവം ചതിക്കുമൊരു
സർപ്പം ചതിക്കുമൊരു

* *കുരുക്ഷേത്രം* എന്ന കവിതയെഴുതിയ നോട്ടുബുക്കിൽ സൊളോവിവിന്റെ (Soloviev) ഒരു വാക്യം അയ്യപ്പപ്പണിക്കർ കുറിച്ചിട്ടുണ്ടെന്ന് ഡോ. എം.എം. ബഷീർ രേഖപ്പെടുത്തുന്നു. വാക്യം ഇതാണ്: *Man is descended from the monkeys; therefore let us love one another.* മൃഗവാസനകൾ സ്വയം തിരിച്ചറിഞ്ഞുകൊണ്ട് അതിൽ നിന്ന് സ്നേഹഭാവത്തിലൂടെ രക്ഷ നേടി മനുഷ്യത്വത്തിലെത്താൻ ബോധപൂർവ്വം പരിശ്രമിക്കണമെന്നു സാരം.

പെണ്ണും ചതിക്കുമൊരു മർത്ത്യൻ
വേദങ്ങൾ വീണ്ടുംവരു-
വാനായി വീണ്ടുമൊരു
മത്സ്യാവതാര കഥ നീളും
പൊയ്പോയ കാലവു-
മതിൻപോയ ശക്തികളു-
മൊക്കെത്തിരിച്ചു വരുമപ്പോൾ
വീണ്ടും നിശാചരവധങ്ങൾ
കുടുംബ ദഹനങ്ങൾ, മദോല്ലസിത
മാർജ്ജാര മൂഷികരത്നങ്ങൾ.
ഒന്നുമിനി വേണ്ട
പുലരിക്കതിരു വേണ്ട
വെയിൽ വേണ്ട, പകൽ വേണ്ട
എന്നേയ്ക്കുമായിനി വരൂ നീ
വരൂ, വിശ്വസിരയാകെ
മരിച്ചുയിരതിൽത്താൻ
ലയിക്കും വിധത്തിലിനി
ഹേമന്തയാമിനി
വരൂ നീ.

ഹേമന്തയാമിനി മൃത്യുവാണ്.

മൃത്യൂപൂജാഭാവം പ്രതിഭയിൽ സ്ഥിരമായാലെന്തു സംഭവിക്കും? എസെനിനെ*പ്പോലെ ആത്മഹത്യ ചെയ്യും... അല്ലാതെ വേറെ വഴിയില്ല.

---

* ലെനിൻഗ്രാഡിലെ ഒരു ഹോട്ടലിൽവച്ച് സ്വന്തം കൈത്തണ്ടയിൽ മുറിവുണ്ടാക്കി, അതിലെ ചോരകൊണ്ട് ചെറിയൊരു *അന്ത്യവിട* എഴുതിവച്ചിട്ട് തൂങ്ങിമരിച്ച കവി യാണ് എസെനിൻ. (Swegei Esenin 1895-1925). അന്നത്തെ യുവലോകത്തെ ഹരം പിടിപ്പിച്ച കവി.

ആത്മഹത്യ ചെയ്ത കവികൾ അയ്യപ്പപ്പണിക്കരുടെ മനസ്സിൽ പതിഞ്ഞിരുന്നു. ഈ വാക്കുകൾ ശ്രദ്ധയോടെ വായിക്കൂ:

ഉദയമുണ്ടിനിമേലിലതെങ്കിലെ-
ന്നുദകകൃത്യങ്ങൾ ചെയ്യുവാനെത്തുമെ-
ന്നുഴറിയെന്റെ മുൻഗാമി മറഞ്ഞുപോയ്
വഴി മറന്നു പതറുന്നിവിടെ ഞാൻ.
എസെനിന്റെ വഴിയും
മയക്കൊവ്സ്ക്കിയുടെ വഴിയും
ഇടപ്പള്ളിയുടെ വഴിയും
വ്യത്യസ്തമായിരുന്നു.
എങ്കിലും
ഒടുവിൽ അവർ ഒരിടത്തു തന്നെ
ചെന്നെത്തി.
ഞാനോ? എന്റെ വഴിയോ?
(ഉദയമുണ്ടിനിമേലിലെങ്കിൽ)

എന്നാൽ ഇവിടെ അയ്യപ്പപ്പണിക്കർ അതിജീവനശക്തിയാർജ്ജിക്കുന്നു. വിശ്വാസം അതിനു തുണയായെത്തുന്നു. അതോടൊപ്പം ഹാസ്യവും. ഇണ്ടനമ്മാവന്റെ കാലിലെ *ചെളി*യെപ്പറ്റിയുള്ള ചിത്രണത്തിൽ ആ ഹാസ്യം കാണാം. വലതുകാൽകൊണ്ടും ഇടംകാൽ കൊണ്ടും മാറി മാറി ചൊറിഞ്ഞിട്ടും ചളി പഴയ പടി പറ്റിച്ചേർന്നിരിക്കുന്നതേയുള്ളൂ! അതു മാറുകയില്ല. ഇതുപോലെതന്നെ വരട്ടുചൊറിയുടെ കാര്യവും. മുട്ടുകളിൽ പറ്റിപ്പിടിച്ച് ചൊറിയുണ്ടാക്കുന്ന ശല്യം കൊണ്ടു പൊറുതി മുട്ടുമ്പോൾ ആരാണെങ്കിലും ചൊറിഞ്ഞുപോകും. ചൊറിയുമ്പോഴോ, പരമാനന്ദം! സനാതനമായ പരമാനന്ദം! അതുതന്നെ തിന്മയുടെ കാര്യത്തിലും സംഭവിക്കുന്നു.

ശീലം കൊണ്ടു കേരളീയന്റെ ജന്മവാസനയിൽ ചെളിയായി കലർന്നിരിക്കുന്ന രണ്ടാം വാസനയാണ് കാപട്യം. അതിന്റെ നേർക്ക് അയ്യപ്പപ്പണിക്കർ ചൊരിയുന്നത് ഹാസ്യത്തിന്റെ ചിരിയാണ്. *ജാതി ചോദിക്കരുത്, പറയരുത്, വിചാരിക്കരുത്* എന്ന ശ്രീനാരായണ സൂക്തത്തോട് ഒരു വാക്യം കൂട്ടിച്ചേർത്തുകൊണ്ട് അദ്ദേഹം ആ ചിരി പ്രകടമാക്കുന്നു. വാക്യം ഇതാണ്: *ജാതി അറിഞ്ഞു പ്രവർത്തിച്ചാൽ മതി.* നിങ്ങളിലും എന്നിലുമുള്ളതും നാമാരുമറിയാതെ പ്രവർത്തനനിരതമായിക്കൊണ്ടിരിക്കുന്നതുമായ കാപട്യത്തെ ചെറിയൊരു ചിരിയോടുകൂടി കാണാൻ ഉൾക്കാഴ്ചയുള്ള ഈ വാക്യം എത്ര സമർത്ഥമായുപകരിക്കുന്നു!* വൈചിത്ര്യമാർന്ന രൂപഭേദങ്ങളോടെ ആ രചനകളിൽ കലർന്നിട്ടുള്ള ഹാസ്യം പ്രത്യേക പഠനം ആവശ്യപ്പെടുന്നു. ഇതൊരു ചെറിയ ഉദാഹരണം മാത്രം. ഇതിനേക്കാൾ അഗാധവും സാർവ്വത്രികസ്വഭാവമുള്ളതുമായ ഹാസ്യം ആ കാവ്യലോകത്തിൽ, വൃക്ഷങ്ങൾക്കിടയിൽ വെയിൽ എന്ന പോലെ, കാണപ്പെടുന്നു.

മൃത്യുപൂജയേയും ഹാസ്യബോധത്തേയും കൂട്ടിയിണക്കുന്ന കണ്ണിയാണ് അയ്യപ്പപ്പണിക്കരിലെ സംശയബുദ്ധി. *സുഖം ദേഹി ജനാർദ്ദന!* എന്ന പ്രാർത്ഥനയിലൂറി നിൽക്കുന്ന വിശ്വാസം തീർച്ചയായും അദ്ദേഹത്തിലുണ്ട്. അതിനു ദാർഢ്യമേകാൻ സംശയബുദ്ധി സഹായിക്കുന്നു:

സംശയാത്മാക്കൾ നശിക്കുന്നുവെങ്കിലും
സംശയമില്ലായ്കിലെന്തു വിശ്വാസമോ?

(സംശയാത്മാക്കൾ)

എന്ന ചോദ്യത്തിലൂടെ ആ വാസ്തവം അദ്ദേഹം വെളിപ്പെടുത്തുന്നു.

---

* ജനപ്രീതി നേടിയിരിക്കുന്ന *മോഷണം* എന്ന കവിതയാണ് ഈ ഹാസ്യബോധത്തിന് ഏറ്റവും നല്ല ഉദാഹരണം.

വെറുമൊരു മോഷ്ടാവായോരെന്നെ
കള്ളനെന്നു വിളിച്ചില്ലേ?

എന്ന് അഴിമതിവീരന്മാരായ ഭരണാധികാരികൾ നിഷ്ക്കളങ്കതയോടെ ദിവസേന ചോദിക്കുന്നു. അതുകേട്ട് നാം ചിരിക്കുന്നു. അവരുടെ മുമ്പിൽ നമിക്കുകയും ചെയ്യുന്നു!

സംശയശീലമുള്ളതുകൊണ്ട് അദ്ദേഹം ഒരു വിശ്വാസത്തിന്റെയും വക്താവാകുന്നില്ല. സർഗ്ഗപ്രക്രിയയിലൂടെ പ്രകാശിതമാകുന്നതെന്തോ, അതാണ് കവിയുടെ സ്വന്തം വിശ്വാസം.

സമഗ്രതയിൽ കാണുമ്പോൾ ഒരു മഹാവനം പോലെ ഗഹനമനോഹരമാണ് അയ്യപ്പപ്പണിക്കരുടെ കവിതാലോകം. ഒന്നിനൊന്ന് വ്യത്യസ്തമായ വൃക്ഷങ്ങളും നികുഞ്ജങ്ങളും ചെടികളും അതിലെങ്ങുമുണ്ട്. അസംഖ്യം പൂക്കൾ. ഭിന്നവർണ്ണങ്ങളുള്ള പൂക്കൾ. ഒന്നിന് മറ്റൊന്നിനോട് സാമ്യമില്ല. ആ കാവ്യലോകത്തിലെ വർണ്ണങ്ങളുടെ വൈചിത്ര്യം മികച്ച പ്രതിഭാശാലികളുടെ പെയ്ന്റിങ്ങുകളെ അനുസ്മരിപ്പിക്കുന്നു. ഗന്ധമോ? അവ നാഡീപടലത്തിന്റെ നാനാഭാഗങ്ങളെയും മാറി മാറി സ്പർശിക്കുന്നു. എത്രയെത്ര പക്ഷികളുടെ എത്രയെത്ര നാദവിശേഷങ്ങളാണ് ആ അന്തരീക്ഷത്തെ തരളമാക്കുന്നത്! പ്രഭാതത്തിലെയും മദ്ധ്യാഹ്നത്തിലെയും സായാഹ്നത്തിലെയും വെയിൽ ആ വനസ്ഥലിയിൽ മാറി മാറി കടന്നുപോകുന്നു. പൂനിലാവും കൂരിരുട്ടും താളമനുസരിച്ച് വന്നുപോയുമിരിക്കുന്നു.

നാദങ്ങളിൽ മൂകതയും മൂകതയിൽ നാദങ്ങളും അനുഭൂതമാകുന്നു എന്നത് ആ കവിതാവനഭൂമിയുടെ പ്രത്യേകതയാണ്.

കാവ്യസൗന്ദര്യത്തിന്റെ ആ വനവീഥികളിലെ പര്യടനം തീർച്ചയായും അനനുഭൂതപൂർവ്വമായ ഒരനുഭവത്താൽ അനുവാചകരെ സമ്പന്നരാക്കുന്നു. ആധുനിക യുഗചേതനയുമായി സൗന്ദര്യാസ്വാദനത്തിന്റെ തലത്തിൽ സംവദിക്കുകയും നവഭാവുകത്വത്തിന്റെ ഉടമയാവുകയും ചെയ്യുക എന്നതിനേക്കാൾ മികച്ച സൗഭാഗ്യം മറ്റെന്തുണ്ട്, സംസ്കാരത്തിന്റെ ലോകത്തിൽ?

■

ഏഴ്

അയ്യപ്പപ്പണിക്കരുടെ സർഗ്ഗചേതന; അത് എല്ലാ അർത്ഥത്തിലും വ്യത്യസ്തമാണ്. അതുല്യവുമാണ്.

എത്രയെത്ര പ്രമേയങ്ങളാണ്, ഒന്നിനൊന്നു വിഭിന്നമായ ശൈലികളിൽ, അദ്ദേഹം തന്റെ രചനകളിൽ കൂടി അവതരിപ്പിച്ചിട്ടുള്ളത്. പ്രമേയങ്ങളുടെയും പ്രമേയോചിതമായ ശൈലീവിശേഷങ്ങളുടെയും വൈപുല്യം നമ്മെ അദ്ഭുതാധീനരാക്കുന്നു. ചെടികളിൽ തളിരുകളും പൂക്കളും വിടരുന്നതു പോലെയാണ് ആ പ്രതിഭയിൽ പലതരം കവിതകൾ സ്വച്ഛന്ദമായി വിരിയുന്നതെന്ന് നാം അനുഭവിച്ചറിയുന്നു. അതനുഭവിച്ചറിയുന്നതിന് സൗന്ദര്യബോധപരമായ ധ്യാനം കൂടി വേണമെന്നു മാത്രം.

അന്വയിച്ച് അർത്ഥം പറയാവുന്ന രീതിയിലല്ല ആ കവിതകളിലധികവും വാർന്നുവീണിരിക്കുന്നത്. ദേവതാവിഷ്ടമായ അവസ്ഥയിൽ നൈസർഗ്ഗിക പ്രതിഭ സർഗ്ഗാത്മകമാകുന്നതിന്റെ സുകൃതഫലമാണ് അദ്ദേഹത്തിന്റെ വിശിഷ്ട കവിതകളൊക്കെയും. ഉദാഹരണമായി, *പകലുകൾ രാത്രികൾ* എന്ന കവിതയിലെ ഈ ഭാഗം നോക്കാം.

നീ തന്നെ ജീവിതം സന്ധ്യേ
നീ തന്നെ മരണവും സന്ധ്യേ
നീ തന്നെയിരുളുന്നു
നീ തന്നെ മറയുന്നു
നീ തന്നെ നീ തന്നെ സന്ധ്യേ!

നിൻ കണ്ണിൽ നിറയുന്നു
നിബിഡാന്ധകാരം
നിൻ ചുണ്ടിലുറയുന്നു
ഘനശൈത്യ ഭാരം
നിന്നിൽ പിറക്കുന്നു
രാത്രികൾ, പകലുകൾ
നിന്നിൽ മരിക്കുന്നു സന്ധ്യേ!
നീ രാത്രിതൻ ജനനി
നീ മൃത്യുതൻ കമനി
നീ പുണ്യപാപപരിഹാരം.

ഈ ഭാഗം നാം അനുഭവിക്കയല്ലേ ചെയ്യുന്നത്? അർത്ഥം പരിശോധിക്കാൻ ഏതെങ്കിലുമൊരാസ്വാദകനു തോന്നുമോ? വാക്കുകളൊക്കെയും അർത്ഥസംയുക്തങ്ങളാണ്; സമ്മതിക്കുന്നു. പക്ഷേ, ഇവിടെ വാക്കുകൾ ഹൃദയതന്ത്രികളിൽ സ്പർശിക്കുന്ന അനുഭവമാണ്. അർത്ഥത്തിന് തുച്ഛമായ സ്ഥാനമേ ഇതിലുള്ളൂ. ആസ്വദിക്കുക, മനസ്സിലാക്കുക എന്നീ പ്രക്രിയകൾ ആസ്വാദനാനുഭവത്തിൽ അലിഞ്ഞൊന്നായിത്തീരുന്നു.

യുദ്ധത്തിനെതിരെ ഗർജ്ജിക്കുന്ന ഒരു ഭാഗം അതിൽനിന്നുതന്നെ ഉദ്ധരിക്കുന്നു:

മെഴുകുതിരി കത്തുന്നു
കണ്ണുകൾ കത്തുന്നു
ചുണ്ടുകൾ കത്തുന്നു
തൊണ്ട കത്തുന്നു, ഹേ
യുദ്ധമേ നിന്നെ
വകവരുത്തായ്കിലോ,
നീ ഞങ്ങളെ വക വരുത്തും.
....
പൊട്ടിക്ക, ബോംബല്ല, നാമീ
മഹായുദ്ധമിഥ്യയെ ക്ഷുദ്രമായ്-
ത്തീരുകയില്ലീജ്ജനത്തിൻ
പ്രവാഹ, മീ കൺകളിൽ കത്തും
പ്രകാശം കരൾകളിൽത്തത്തും
പ്രണയ,മിപ്പൊൽത്തിരി
കൊണ്ടുപോയ് കത്തിക്ക നാം
ഗോളചക്രങ്ങളിൽ, ശരത്
ചന്ദ്രനിൽ, ശുക്രനിൽ-
ച്ചൊവ്വയിൽ - മർത്ത്യന്റെ
ചിത്തം മഥിക്കുന്ന ഹേ
മഹായുദ്ധമേ നിന്നെ
വക വരുത്തായ്കിലോ
നീ ഞങ്ങളെ വക വരുത്തും.

വിയറ്റ്നാം സമരത്തിനെതിരായി മെഴുകുതിരി കത്തിച്ചു പിടിച്ചുകൊണ്ടുള്ള മഹാജാഥകൾ അമേരിക്കയിൽ പലയിടത്തും നടന്നപ്പോൾ, അതിൽ നിന്നു കവി ഉൾക്കൊണ്ട അനുഭവമാണ് ഈ കവിതയിലെ വാക്കുകളിൽ കത്തുന്നതെന്നോർക്കണം. ഇതിനു പരാവർത്തനം നൽകണമെന്ന് ആസ്വാദക മാനസങ്ങൾക്കു തോന്നുമോ? അനുഭവത്തിലാമഗ്നമായി ആ മനസ്സുകൾ മനുഷ്യാവസ്ഥയിലെത്തുകയെന്നതു മാത്രമാണ് വായനയുടെ ഫലം. യുദ്ധത്തെ വകവരുത്താനാണ് മനുഷ്യാവസ്ഥയുടെ അനുശാസനം; എല്ലായ്പോഴും.

അതെ, അയ്യപ്പപ്പണിക്കർ ജീവിതത്തിലെന്നപോലെ കവിതയിലും മനുഷ്യനാണ്. അഹന്തയില്ലാതെ തല നിവർത്തി നടക്കുന്ന മനുഷ്യൻ.

കൊടുങ്കാറ്റിലൊടിഞ്ഞിട്ടും
ഗുരുത്വാകർഷ ശക്തിയാൽ
തലനീർത്തു നടക്കുന്ന
മനുഷ്യൻ തന്നെ മദ്ഗുരു.

പരമമായ മൂല്യം മനുഷ്യനാണെന്ന വിശ്വാസത്തിൽ നിന്നല്ലാതെ ഈ വാക്കുകൾ ജനിക്കുകയില്ല.

സംഗീതത്തിലെന്നപോലെ മനസ്സിലാക്കലും ആസ്വദിക്കലും തമ്മിൽ വിടവില്ലാതാകുന്ന അനുഭവത്തിന് അനുവാചകരെ വിധേയരാക്കുന്ന കവിതകൾ അയ്യപ്പപ്പണിക്കരുടെ അതുല്യമായ പ്രതിഭാവിശേഷത്തിന്റെ ഏകാന്തമഹിമ വിളംബരം ചെയ്യുന്നു. ആ കവിതകളിലൂടെ സഞ്ചരിച്ചു കഴിയുമ്പോൾ ഏത് അനുവാചകനും *അദ്വൈതാമല ഭാവസ്പന്ദിത വിദ്യുന്മേഖല പൂകീ ഞാൻ* എന്ന് ആത്മവിസ്മൃതിയോടെ പറഞ്ഞു പോകും. നല്ലൊരു ദൃഷ്ടാന്തമെന്ന നിലയ്ക്ക് *ഗോപികാദണ്ഡകം* എന്റെ ഓർമ്മയിൽ വരുന്നു. അതിലെ ഒരു ഭാഗം മാത്രം ചുവടെ ഉദ്ധരിക്കുന്നു:

തഴുതിട്ട വാതിൽ തുറന്നാലുമോമൽ തളരാതെ
കൈയെത്തി നീട്ടിപ്പിടിക്കൂ, തഴുകൂ തടം തല്ലി-
യാർക്കുന്ന യമുന തൻ തിരമാല പുൽകുന്ന തീരമാ-
മിവനെ നീ തഴുകൂ തണുപ്പിന്റെ ചൂടും ചൂടിൽ
തണുപ്പും പകരുന്ന ഹേമന്തമായിപ്പടരൂപടരുന്ന
തീനാളമായിപ്പിടയൂ, പിടയുന്ന ചോരക്കുഴലൊ-
ത്തൊരോടക്കുഴലായി വന്നെന്റെ ചുണ്ടിൽ തുടിക്കൂ
തുടിക്കൂ തുടുക്കൂ തുടം ചേർന്നൊരോമൽ-
പ്പശുവിന്റെ മുലപോലെ മാർദ്ദവം
വിങ്ങി ചുരത്തൂ, മധുമാസവധുവിന്റെ സമ്മാന-
മാകുമീ വനമാല പങ്കിട്ടെടുക്കൂ ചിരിക്കൂ
ചിരിക്കൂ, മൃദുവായി മിഴിനീരിലുലയുന്ന
മഴവില്ലുപോൽ പുഞ്ചിരിക്കൂ...

പതിമൂന്നു വരികളൊരുമിച്ചുദ്ധരിച്ചു ചേർത്തതിന്റെ പേരിൽ വായനക്കാരോട് എനിക്കു മാപ്പു ചോദിക്കേണ്ടതില്ല. ഇതിലെ ലയഭംഗിയിൽ മുഴുകുന്ന അവർ കുറച്ചു വരികൾക്കൂടി - കവിത മുഴുവനായിത്തന്നെ - ഉദ്ധരിക്കാമായിരുന്നില്ലേ എന്നു മാത്രമേ പറയുകയുള്ളൂ എന്നെനിക്കറിയാം.

ബാഹ്യവും ആന്തരവുമായ സംഗീതം കവിതയുടെ വശ്യതയ്ക്കു നിദാനമായി വർത്തിക്കുന്നു. ഒട്ടു മിക്കപ്പോഴും നമ്മുടെ വാസനാസമ്പന്നരായ കവികൾ പ്രാസാനുപ്രാസയമകാദികളായ ശബ്ദാലങ്കാരപ്രയോഗങ്ങളിലൂടെ ബാഹ്യസംഗീതം സൃഷ്ടിച്ചാണ് രചനകളെ വശ്യമാക്കുക.

ഇവിടെ അതല്ല കഥ. ബാഹ്യവും ആന്തരവുമായ സംഗീതങ്ങൾ അഭേദ്യമാം വിധം ബന്ധപ്പെട്ട് ലയമാധുരിയായിത്തീർന്നിരിക്കുന്നു.

ഇത്തരം മധുരമധുരമായ കവിതകൾക്കു പുറമെ അനന്തവൈവിദ്ധ്യമാർന്ന നിരവധി സൃഷ്ടികൾ അയ്യപ്പപ്പണിക്കരുടെ തൂലികയിൽനിന്നു വാർന്നുവീണിട്ടുണ്ടെന്ന വസ്തുത കൂടി പരിഗണിക്കേണ്ടതാണ്. അങ്ങനെ പരിഗണിക്കുമ്പോൾ, ആ കാവ്യലോകത്തിന്റെ പൊതുസ്വഭാവം വ്യവച്ഛേദിച്ചു കാണുക പ്രയാസമായിത്തീരുന്നു. കാർട്ടൂൺ കവിതകൾ, അസംബന്ധ കവിതകൾ, കുസൃതിക്കവിതകൾ, ഹാസ്യകവിതകൾ മുതലായ അനേകം വിഭാഗങ്ങൾ അതിലുൾപ്പെടുന്നു. നിത്യജീവിതത്തിലെ നിസ്സാര കാര്യങ്ങൾ മുതൽ ബ്രഹ്മാണ്ഡത്തോളം വികസിക്കുന്ന ദർശനങ്ങൾ വരെ അതിൽ പ്രമേയങ്ങളാക്കുന്നു. തനി ഗദ്യം, താളബദ്ധമായ ഗദ്യം, വൃത്തഗന്ധിയായ ഗദ്യം... ഇപ്രകാരം പല രീതികൾ പ്രയോഗിച്ച് സ്വന്തം സൃഷ്ടികൾക്ക് പ്രമേയത്തിനുചിതമായ ഭാവദീപ്തിയുളവാക്കുന്നതിൽ അദ്ദേഹം പ്രകടമാക്കുന്ന ശില്പനിർമ്മാണ വൈഭവം അദ്ഭുതകരമാണ്. അതിരുകളിലൊതുങ്ങാത്തതു നിമിത്തം ആ സൃഷ്ടികൾ പൊതുസ്വഭാവനിർണ്ണയം അസാദ്ധ്യമാക്കിത്തീർക്കുന്നു.

എങ്കിലും, എല്ലാം കണ്ടുകഴിയുമ്പോൾ, സർഗ്ഗാത്മക ഭാവനയുടെ മാന്ത്രികശക്തിയാൽ പ്രപഞ്ചത്തിന്റെ അനന്തതയിലേക്കു നീങ്ങാൻ വെമ്പുന്ന നിത്യസഞ്ചാരിയുടെ ദർശനം (vision) അയ്യപ്പപ്പണിക്കരുടെ കവിതാലോകത്തെ പ്രദീപ്തമാക്കുന്നു എന്ന അനുഭവമാണ് ആസ്വാദകനിൽ സാന്ദ്രമായവശേഷിക്കുക. അപ്പോൾ, ഗഗാറിനോട് അദ്ദേഹം പറഞ്ഞ വാക്കുകൾ അദ്ദേഹത്തോടും പറയാൻ നാം പ്രേരിതരാകുന്നു:

ഇന്നുപഗ്രഹ ഗോളകങ്ങ-
ളെറിഞ്ഞു ശാസ്ത്രമനസ്സു വീണ്ടും
പുതിയൊരമ്മാനക്കളിക്കു ത-
യ്യാറെടുത്തു വരുമ്പൊഴും
ദക്ഷിണോത്തര പൂർവ്വ പശ്ചിമ-
സംജ്ഞയൊക്കെ നിരർത്ഥമാക്കി-
യഗാധമേതു, വിശാലമേതു വിചിത്രമേ-
തതു കൈയ്യൊതുക്കിയ
യക്ഷകിന്നരദേവരാക്ഷസ ഗഗനവനചര-
വർഗ്ഗനായകനാണു നീ.

വിശാലവും വിചിത്രവുമായതൊക്കെയും കൈയൊതുക്കിയത് സ്വപ്നത്തിൽ ജീവിക്കാൻ കഴിവുണ്ടായതു നിമിത്തമാണ്. കവിയായ അയ്യപ്പപ്പണിക്കരുടെ അന്തരാത്മാവിൽ ആവിഷ്ക്കാരത്തിനുള്ള വെമ്പലോടെ തുടിച്ചു നിന്നത് സ്വപ്നലോകമാണ്. ആ ലോകത്തിനു കാലം ബാധകമല്ല. അതിനാൽ അതിരുകളും ബാധകമല്ല. കാലം ബാധിക്കാത്ത ഒരു ലോകത്തിൽ എവിടെയാണ് അതിരുകൾ?

സ്വപ്നത്തെയാണ് താൻ നിത്യതയേക്കാൾ വിലമതിക്കുന്നതെന്ന് അയ്യപ്പപ്പണിക്കർ കവിതകളിൽ ആവർത്തിക്കുന്നുണ്ട്. *സ്വപ്നങ്ങളമൃതങ്ങൾ* എന്ന കവിതയിൽ ആ മൂല്യബോധം ആർജ്ജവത്തോടെ ആവിഷ്കൃതമാകുന്നു. രാത്രിയുടെ ഇരുട്ടിൽ, തന്റെ നിദ്ര പങ്കിടാൻ മൃത്യുകന്യകയെത്തിയെന്ന പ്രസ്താവത്തോടെ കവിത തുടങ്ങുന്നു. സ്വർഗ്ഗവും നരകവും മറയ്ക്കുന്ന ചേലാഞ്ചലം അല്പമായി വിടർത്തിയും സ്മേരസൗരഭ്യം വീശിയുമാണ് ആ കന്യക എത്തിയിരിക്കുന്നത്. പാൽക്കടൽത്തിര ചോരക്കുഴലിൽ താളം ചേർക്കെ, കന്യകയുടെ വാക്കുകൾ കവി കേൾക്കുന്നു:

സ്വപ്ന ഭണ്ഡാരം സർവ്വ-
മെനിക്കു തരാമെങ്കിൽ
നിത്യത,യമരത്വം
ഞാൻ തരാം പകരമായ്

ആ ചോദ്യം കേട്ടപ്പോൾ, ആദിയിൽ സർപ്പത്തെ പ്രണയിച്ച ഹവ്വയെ കവി ഓർമ്മിച്ചു പോയി! കവി ഉത്തരം നൽകുന്നു:

നന്ദി സോദരീ, നിന്റെ
കിന്നാരക്കുളിർ വാക്കി-
നിന്നു ഞാൻ മൃതനെന്റെ
സ്വപ്നങ്ങളമൃതങ്ങൾ!

നിത്യതയുടെ വാഗ്ദാനവുമായെത്തിയിരിക്കുന്ന കന്യക ആരാണെന്ന് കവിക്കു നിശ്ചയമുണ്ട്. അവൾ മൃത്യുവാണ്. ആന്തരിക ജീവിതത്തിന്റെ മൃത്യു എന്നാണ് ഇവിടെ മനസ്സിലാക്കേണ്ടത്. ആ ആന്തരിക ജീവിതമാണ് *സ്വപ്ന ഭണ്ഡാരം.* അതില്ലാതെ കവിക്കു നിലനിൽക്കാനാവുമോ? എഴുത്തുകാരന് നിലനിൽക്കാനാവുമോ? അതിനാൽ, *സ്വപ്നങ്ങളമൃതങ്ങൾ* എന്നറിയുന്ന കവിക്ക് മൃത്യുകന്യകയുടെ കിന്നാരക്കുളിർവാക്കുകൾക്കു നന്ദി പറഞ്ഞുകൊണ്ട് പിന്തിരിയുകയേ നിവൃത്തിയുള്ളൂ. ഹവ്വ, സർപ്പം മുതലായ ബിംബങ്ങളുദ്ദീപിപ്പിക്കുന്ന ഭാവതലങ്ങൾ ശ്രദ്ധിച്ചാലല്ലാതെ ഈ ലഘുകവിതയുടെ ഗഹനത വിശദമാവുകയില്ല.

ഏകാന്തതയുടെ പർണ്ണശാലയിൽ തപോനിഷ്ഠനായി അക്ഷരങ്ങളുപാസിക്കുന്നതിന്റെ ഫലമായിട്ടാണ് കവി ആന്തരജീവിതത്തിന് അഭിരാമമായ മൂർത്തരൂപം നൽകുന്നത്. ഭാവോദ്ദീപകമായ രൂപശില്പമില്ലാതെ കവിത അനുഭൂതിസംക്രമണക്ഷമമാവുകയില്ല. ഏകാന്തതയിൽ നിന്ന് കവികളെ വ്യതിചലിപ്പിക്കുന്ന പ്രലോഭനങ്ങളെക്കൊണ്ടു നിറഞ്ഞതാണ് നമ്മുടെ കാലഘട്ടം. യശോലാഭവും അർത്ഥലാഭവുമാണ് പ്രലോഭനങ്ങളിൽ പ്രധാനമെന്ന് പ്രത്യേകം പറയേണ്ടതില്ല. മാധ്യമങ്ങൾ കനിഞ്ഞാൽ ആ ലാഭങ്ങൾ അനായാസമായി നേടാൻ കഴിയുന്നു. അഭിമുഖങ്ങൾ, പരസ്യങ്ങൾ, വാർത്താപ്രാധാന്യം മുതലായ ഉപാധികളിലൂടെ

മാധ്യമലോകം ഏതൊരാളെയും പ്രശസ്തിയുടെ വെളിച്ചത്തിലേക്കു നയിക്കുന്നു. അതോടെ സമ്പത്തും കൈവരുന്നു. ഈ രീതിയിൽ പ്രലോഭനങ്ങൾക്കു വഴിപ്പെട്ട് താൽക്കാലികപ്രശസ്തിയുടെ പരിവേഷമണിഞ്ഞ് വിലസുന്നവരെയാണ് സാഹിത്യലോകത്ത് ഇപ്പോൾ കണ്ടുകൊണ്ടിരിക്കുന്നത്; മൃത്യുദേവതയുടെ കിന്നാരക്കുളിർവാക്ക് കൈക്കൊള്ളുന്നവരെത്തന്നെ!

പ്രലോഭനത്തിന്റെ കടക്കണ്ണുകൾക്ക് വഴിപ്പെടാതെ, സ്വന്തം സ്വപ്നങ്ങളോടു കൂറു പുലർത്തി, തന്റേതായ രചനാമാർഗ്ഗത്തിൽ ഏകാഗ്രചിത്തനായി തുടരാൻ കവിക്കു ശക്തി നൽകുന്നത് രണ്ടു സിദ്ധികളാണ്. സ്വന്തം പ്രതിഭയിലുള്ള വിശ്വാസവും ആ വിശ്വാസത്തിലുറച്ചുനിന്നുകൊണ്ട് അക്ഷീണമായി, അവിരാമമായി, പ്രയത്നിക്കാനുള്ള ഇച്ഛാശക്തിയും. ഈ സിദ്ധികൾ അയ്യപ്പപ്പണിക്കരുടെ കവിവ്യക്തിത്വത്തിൽ ശക്തിയുടെ ഉറവിടങ്ങളായിരുന്നു. ആന്തരജീവിതമാണ് ശ്രേഷ്ഠമെന്ന ബോധം അവയുടെ കാതലിന്റെ ദാർഢ്യമായിരുന്നു. ആന്തരജീവിതത്തോടു പുലർത്തിയ ആത്മബന്ധം മൂലം പുന്നാരകവിതകൾ രചിച്ച്, ജനങ്ങളുടെ പ്രിയ കവിയാകുക എന്ന വഴിയിലേക്കു തിരിഞ്ഞുനോക്കാൻപോലും അദ്ദേഹത്തിനു കഴിയുമായിരുന്നില്ല.

ആ ആത്മബന്ധത്തിലുറച്ചു നിന്നുകൊണ്ട്, സമാധിസ്ഥനായ യോഗിയെപ്പോലെ, തനിക്കു സ്വന്തമായ സത്യം അതിന്റെ തീവ്രമായ സങ്കീർണ്ണതകളോടുകൂടി ആവിഷ്കരിച്ചതിൽനിന്നാണ് അനശ്വരകാന്തിയാർന്ന കവിതാശില്പങ്ങളുടെ സ്രഷ്ടാവായിത്തീരാൻ അയ്യപ്പപ്പണിക്കർക്കു ഭാഗ്യമുണ്ടായതും.

ആ ശില്പങ്ങളിലെ സംഗീതത്തിന്റെ അപൂർവ്വമാധുരി ആസ്വദിക്കാൻ നിപുണശ്രോത്രങ്ങൾക്കേ സാധ്യമാകൂ എന്ന് അദ്ദേഹം അറിഞ്ഞിരുന്നു. അതാസ്വദിക്കുന്ന നവീന ഭാവുകത്വം തന്റെ കവിതകൾ തന്നെ സൃഷ്ടിക്കുന്നതു കണ്ടുകൊണ്ട് വിട പറയാനുള്ള ഭാഗ്യവും അദ്ദേഹത്തിനുണ്ടായി.

വൈരുദ്ധ്യജടിലവും സങ്കീർണ്ണവുമായ ആന്തരജീവിതത്തിന്റെ ആവിഷ്കരണം പലരെയും അമ്പരിപ്പിക്കുമെന്ന് സ്വയം അറിഞ്ഞുകൊണ്ട് അദ്ദേഹം തന്റെ കവിതകൾക്കെഴുതിയ മുഖക്കുറിപ്പാണ് *എന്റെ ഭിത്തിമേൽ* എന്ന കവിത.

എന്റെ ഭിത്തിമേൽ എൻ കൈ
വരച്ച ചിത്രം നോക്കൂ
എന്താണു മിഴിക്കുവാൻ?
മടയാ, ശ്രദ്ധിക്കു നീ

എന്ന് അതു തുടങ്ങുന്നു. സ്വന്തമായ ഭിത്തിയിൽ സ്വന്തം കൈകൊണ്ട് വരച്ച ചിത്രം. വാക്കുകൾക്ക് (വിവരണങ്ങൾക്ക്) വഴങ്ങാതെ തന്റെ അന്തർമ്മണ്ഡലത്തിൽ എരിഞ്ഞുനിൽക്കുന്ന ഒരു ലോകത്തിന്റെ ചിത്രം

(സ്വന്തമായ സത്യം). സ്വന്തം ശൈലിയിലുള്ള വരകളിലൂടെ മാത്രമേ അതിനു രൂപം നൽകാനാവുകയുള്ളൂ. ആധുനിക പരസ്യസമ്പ്രദായ മനുസരിച്ച് നിർമ്മിതമാകുന്ന ചിത്രങ്ങളാസ്വദിച്ചു ശീലിച്ചവർ തന്റെ ചിത്രം കാണുമ്പോൾ ആദ്യമൊന്നമ്പരന്നു പോവുകതന്നെ ചെയ്യുമെന്ന് അദ്ദേഹത്തിനറിയാം. അതുകൊണ്ടാണ് അവർ മിഴിക്കുന്നത്. അതു തന്റെ കുറ്റമല്ല. ഉപരിപ്ലവമായ ആസ്വാദന ശീലത്തിനടിമയായിപ്പോയ പ്രേക്ഷകന്റെ *മടയത്തര*മാണ് അങ്ങനെ മിഴിക്കുന്നതിനു കാരണം. ആ ശീലത്തിന്റെ നേർക്കുള്ള ആർദ്രമായ സഹതാപമാണ്. *മടയാ* എന്ന സംബോധനയിലുള്ളത് അഹങ്കാരമല്ല. *അനനുഭൂതപൂർവ്വമായ ആത്മീയ കാലാവസ്ഥയുടെ സന്താനമായ കലാശില്പം സൗന്ദര്യബോധത്തിൽ സൃഷ്ടിക്കുന്ന വിപ്ലവം കണ്ട് മിഴിച്ചുനിൽക്കുന്നത് മടയത്തരമാണ്, സഹോദരാ! ശ്രദ്ധിച്ച്, ധ്യാനിച്ച്, അനുഭവിക്കേണ്ടതാണത്* എന്ന സഹ താപമസൃണമായ മനോഭാവമേ അതിലടങ്ങിയിട്ടുള്ളൂ.

സൗന്ദര്യബോധത്തിൽ വിപ്ലവം സൃഷ്ടിക്കുന്ന നവീന കലാശില്പ ങ്ങൾക്കു മുമ്പിൽ, ആസ്വാദനശീലത്തിന്റെ അടിമകളായി തീർന്നുപോ യവർ മിഴിച്ചുനിൽക്കുക സ്വാഭാവികമാണെന്ന് സാമാന്യബുദ്ധിയുള്ള വർക്കറിയാം. എൻ.വി. കൃഷ്ണവാര്യർ പോലും *കുരുക്ഷേത്രം* മടക്കി അയച്ചെന്ന വസ്തുത നമ്മുടെ മുമ്പിലുണ്ട്. അത്രമേൽ വൈചിത്ര്യ മാർന്നതാണ് ആധുനികതയുടെ കലാസൃഷ്ടികൾ. (അന്നത്തെ കഥ യാണിത്.) വ്യക്തിയുടേതു മാത്രവും അത്യന്തസങ്കീർണ്ണവുമായ ഒരു അമൂർത്തലോകം അതിനുതകുന്ന വിചിത്രമായ ശൈലിയിൽ മൂർത്ത രൂപം പ്രാപിച്ചിരിക്കുന്നുതാണ് ആ ചിത്രം. എന്തൊക്കെ അനുഭവങ്ങ ളാണ് ആ ചിത്രത്തിലെ ചേരുവകൾ? നാഭിയിൽ നിന്നും നയനങ്ങളിൽ നിന്നും നീളുന്ന നാഡികൾ തലച്ചോറിൽ ദാഹിച്ചു ദഹിക്കുന്നു. ചെമ്പിച്ച കിനാവുകൾ പൂത്തുനിൽക്കുന്ന അഗ്നിപർവ്വതം. സൃഷ്ടിയോ സംഹാരമോ എന്നു നിശ്ചയിക്കാനാവാത്ത രീതിയിൽ കണ്ണുനീരുറയാ തെയും കർണ്ണങ്ങളടയാതെയും മിന്നുന്ന ഞരമ്പുകൾ. ഇവയിൽനിന്ന് ഉത്ഭൂതമാകുന്ന വിവിധ വികാരങ്ങൾ ലയാത്മകമായി സമ്മേളിക്കുന്ന ആ ചിത്രം കണ്ണു മിഴിപ്പിക്കുക മാത്രമല്ല, വിഭ്രമിപ്പിക്കുകകൂടി ചെയ്യുന്നു. എന്നാൽ, ധ്യാനത്തിലൂടെ ഉൾക്കൊണ്ടു കഴിയുമ്പോൾ അതിൽനിന്ന് *ആധുനിക കാലാവസ്ഥയിലെ അയുക്തികതയും വ്യർത്ഥതയും തീവ്ര വ്യഥയും ഭ്രമാത്മകത*യും മറ്റും അനുവാചകനിൽ രസാനുഭൂതിയായി മാറുന്നു.

യുഗചേതനയുടെ സ്പന്ദനമുള്ള ആധുനികസൃഷ്ടികൾ സൗന്ദര്യ ബോധത്തിലുളവാക്കിയ വിപ്ലവം ആ സംഹാരാത്മകമായ ദശാസന്ധി യിൽ കലയുടെ അതിജീവനത്തിൽ അനുപേക്ഷണീയമായിരുന്നു. സാഹിത്യത്തിൽ മാത്രമല്ല, ചിത്രകലയിലും സംഗീതത്തിലും ശില്പ കലയിലും മറ്റും വിഭ്രാമകമായ വിപ്ലവം അക്കാലത്തുണ്ടായി.

പ്രാരംഭത്തിൽ ഒരു ന്യൂനപക്ഷത്തിനു മാത്രമേ ആ രസാനുഭൂതി നുകരാൻ കഴിയുമായിരുന്നുള്ളൂ. പക്ഷേ, സഹൃദയലോകം ആ കഴിവ് നേടിയെടുക്കാൻ അധികം കാലതാമസമുണ്ടായില്ല. അത്ര വേഗതയിലാണ് നമ്മുടെ ഭാവുകത്വത്തിൽ മാറ്റമുണ്ടായത്. ആ മാറ്റത്തിൽ ഏറ്റവും വലിയ പങ്കുവഹിച്ചത് അയ്യപ്പപ്പണിക്കരാണ്. അതിന്റെ ഫലമായി ക്ലാസിക്കുകളെന്നപോലെ അയ്യപ്പപ്പണിക്കരുടെ കവിതകളും പക്വമതികളായ സഹൃദയർക്ക് ആവർത്തിച്ചു വായിക്കാനുള്ള രത്നഖനികളായി മാറിയിരിക്കുന്നു.

തുടക്കത്തിൽ സൂചിപ്പിച്ചതുപോലെ, അസ്തിത്വം എന്ന സത്യവും പ്രതിഭയും സന്ധിക്കുന്നതിൽ നിന്നു സംജാതമാകുന്ന മിന്നൽപ്പിണരുകളാണ് ആധുനിക പ്രസ്ഥാനത്തിലെ പ്രചോദനമുഹൂർത്തങ്ങൾ. ആ പ്രസ്ഥാനത്തിന്റെ ഉദയവേളയിൽ പ്രത്യക്ഷനായ ഒരു കവിയുടെ ശൈലിയിൽ പറഞ്ഞാൽ, ചക്രവാളത്തിലെ വെളിച്ചം അനന്തമായ ശൂന്യതയുടെ അന്ധകാരത്തെ സ്പർശിക്കുന്ന അഗാധസന്ധ്യയിൽ ജ്വലിച്ചുയരുന്ന നക്ഷത്രമാണ് ഓരോ *ആധുനിക* കലാസൃഷ്ടിയും. ആ നിലയിൽ, തന്റെ പ്രതിഭയിൽ ജ്വലിച്ചുയർന്ന നക്ഷത്രവീര്യത്തിനാണ് അയ്യപ്പപ്പണിക്കർ, ഏതോ അതീതശക്തിയാലാവിഷ്ടനായി, സ്വയം ഉരുത്തിരിഞ്ഞുവരുന്ന രൂപശില്പനിർമ്മിതികളിലൂടെ, സ്വകവിതകളിൽ ആവിഷ്കരണം നൽകിയിട്ടുള്ളത്. സൃഷ്ടിയുടെ അനുശാസനത്തിനു വിധേയനാകാതെ അദ്ദേഹത്തിനു ജീവിക്കാൻ കഴിയുമായിരുന്നില്ല. ■

പ്രേമസംഗീതം

കലകളൊക്കെയും സംഗീതത്തിന്റെ അവസ്ഥയിലെത്താനാണ് ആഗ്രഹിക്കുന്നത്. സൗന്ദര്യമീമാംസയുമായി പരിചയമുള്ളവർക്ക് സുപരിചിതമാണ് ഈ ആശയം.

ഒരു ചിത്രം കാണുമ്പോൾ, 'ഇത് ഏതു വസ്തുവിന്റെ ചിത്രമാണ്?' എന്നു ചോദിക്കാൻ അധികമാളുകളും മുതിരുന്നു. ചായക്കൂട്ടുകളും രേഖാഭംഗികളും മറ്റും ചേർന്നുണ്ടാകുന്ന സൗന്ദര്യശില്പത്തിന്റെ മുന്നിൽപോലും അവർ കണ്ണുമിഴിച്ചു നിൽക്കുന്നു. 'ഇതെന്തെന്ന് പിടികിട്ടുന്നില്ലല്ലോ' എന്ന മട്ടാണ് അക്കൂട്ടർക്ക്. എന്നുവച്ചാൽ, ഇതെന്തെന്ന് 'മനസ്സിലാകുന്നില്ല'ല്ലോ എന്നാണർത്ഥം. (ചെറിയൊരു ന്യൂനപക്ഷം മാത്രമേ അമൂർത്തകലയുടെ ആസ്വാദകരായിത്തീരുന്നുള്ളൂ.)

സാഹിത്യത്തിലേക്കു കടന്നാൽ ഈ അവസ്ഥ ദുർഘടം പിടിച്ചതായിത്തീരുന്നു. അതിനെന്താണു കാരണമെന്നു നമുക്കറിയാം. സാഹിത്യത്തിൽ ആവിഷ്കരണോപാധി വാക്കുകളാണ്. വാക്കുകൾക്ക് അർത്ഥമുണ്ട്. നിഘണ്ടുവിലില്ലാത്ത വാക്കുകൾക്കും സാഹിത്യത്തിൽ സ്ഥാനമുണ്ടായിരിക്കാം. (വളരെ വളരെ ചുരുക്കമായി ഒന്നോ രണ്ടോ പ്രയോഗങ്ങൾ അങ്ങനെ വരുന്നത് നാം കാണുന്നു. വായനക്കാർ അവയ്ക്കും അർത്ഥം കല്പിക്കുന്നു.) അപ്പോൾ, സാഹിത്യം ആസ്വദിക്കുന്നതിന് അർത്ഥബോധം അനുപേക്ഷണീയമാണ്. അർത്ഥം മനസ്സിലാകുന്നില്ലെങ്കിൽ പിന്നെങ്ങനെ കാവ്യം ആസ്വദിക്കാൻ പറ്റും? ഇപ്രകാരമൊരു ചോദ്യത്തിൽ അസ്വാഭാവികമായൊന്നുമില്ല.

എന്നാൽ, വാദ്യോപകരണങ്ങളുടെ നാദവിശേഷങ്ങൾ സ്വരരാഗതാളലയങ്ങളിലിണങ്ങിച്ചേർന്നുണ്ടാകുന്ന സംഗീതം ആസ്വദിക്കുന്നിടത്ത് ഈ പ്രയാസം ആരെയും നേരിടുന്നില്ല. 'മനസ്സിലാകുന്നില്ലല്ലോ' എന്ന പരാതിക്ക് സംഗീതത്തിൽ സ്ഥാനമില്ല. ശുദ്ധവും സൂക്ഷ്മവുമായ സംവേദനതലത്തിലാണ് സംഗീതാസ്വാദനം സംഭവിക്കുക.

അവിടെ അർത്ഥത്തിനും ആശയത്തിനും പ്രസക്തിയില്ല. ശുദ്ധമായ അവസ്ഥയിൽ സംഗീതം ആശയത്തിനതീതമാണ്. മനസ്സിലാക്കുക എന്നത് അവിടെ ആസ്വദിക്കലാണ്. മറ്റൊരു തരത്തിൽ പറഞ്ഞാൽ, മനസ്സിലാക്കലും ആസ്വദിക്കലും സംഗീതാസ്വാദനത്തിൽ അഭിന്നങ്ങളാണ്.

സംഗീതാസ്വാദനം അനുവാചകരെ മറ്റൊരു ലോകത്തിലേക്കുയർത്തുകയും ചെയ്യുന്നു. ജഡികമായ യാഥാർത്ഥ്യങ്ങളുടെ വിരസമായ സ്പർശത്തിൽ നിന്നു വിമുക്തരായി അവർ അനിർവ്വചനീയമായ ആനന്ദത്തിന്റെ അന്തരീക്ഷത്തിൽ ലയിച്ചു പോകുന്നു. 'അദ്വൈതാമലഭാവസ്പന്ദിത വിദ്യുന്മേഖല പൂകീ ഞാൻ' എന്ന ചങ്ങമ്പുഴയുടെ വാക്കുകൾ ആ അനുഭവത്തിന്റെ അലൗകിക ഭാവമെന്തെന്ന് വിശദമാക്കുന്നു. ബ്രഹ്മതത്ത്വത്തോടാണ് ഭാരതീയർ സംഗീതത്തെ തുലനം ചെയ്തിരിക്കുന്നതെന്ന വസ്തുത ഇവിടെ സ്മരണീയമാണ്. താളബദ്ധമായ നാദവീചികളിലൂടെ സംഗീതം അനുവാചകരെ ബ്രഹ്മാനന്ദ സദൃശമായ അനുഭൂതിക്ക് വിധേയരാക്കുന്നു. ശ്രവണമാത്രയിൽത്തന്നെ അതു സംഭവിക്കുന്നു.

അപ്പോൾ, അർത്ഥനിർമ്മുക്തമായ നാദശില്പത്തിൽ അനുവാചകർ അനായാസമായി അലിഞ്ഞു ചേരുന്നു എന്നതാണ് സംഗീതത്തിന്റെ മഹനീയ ഗുണം. ഇതരകലകളിൽ ആ ഗുണം സാക്ഷാത്കരിക്കുക സാദ്ധ്യമാണോ? സാദ്ധ്യമല്ലെന്നറിയുന്നതുകൊണ്ടാണല്ലോ, ആ അവസ്ഥയിലെത്താൻ 'ആഗ്രഹിക്കുന്നു' എന്നു പറയുന്നത്.

ചിത്രകലയിൽ ആ ആഗ്രഹത്തിന് പ്രാധാന്യമുണ്ടെന്ന് സാക്ഷാൽ പ്ലേറ്റോ തന്നെ കുറിച്ചുവച്ചിട്ടുണ്ട്. ബാഹ്യലോകത്ത് ദൃശ്യമായ വസ്തുക്കളുടെ ചിത്രം വരയ്ക്കുന്നതിനെപ്പറ്റി അദ്ദേഹത്തിനു മതിപ്പുണ്ടായിരുന്നില്ല. ആശയമാണ് സത്യം; ആശയത്തിന്റെ നിഴലാണ് ദൃശ്യലോകം; ദൃശ്യമായ ലോകത്തിലെ വസ്തുക്കളുടെ പകർപ്പ് വരകളിലൂടെ അവതരിപ്പിക്കുന്ന ചിത്രം അനുവാചകരെ സത്യത്തിൽ നിന്നകറ്റുകയാണു ചെയ്യുന്നത് - ഇതാണ് പ്ലേറ്റോയുടെ വാദം. ജീവിതത്തിന്റെ പരമലക്ഷ്യം സത്യപ്രാപ്തിയാണെന്നിരിക്കെ, ആസ്വാദകരെ സത്യത്തിൽനിന്നകറ്റിക്കൊണ്ടുപോകുന്ന കലകളെ അപലപിക്കാതെ നിവൃത്തിയില്ല. ഇപ്രകാരമൊരു വാദമവതരിപ്പിക്കുമ്പോഴും, ക്ഷേത്രഗണിതപ്രകാരമുള്ള ആകൃതികൾ ആവിഷ്കരിച്ച് സൗന്ദര്യാനുഭൂതിയുളവാക്കുന്ന ചിത്രങ്ങളെ അദ്ദേഹം പ്രകീർത്തിക്കുന്നുണ്ട്.

സംഗീതത്തിലും ഗണിതശാസ്ത്രത്തിലും മഹനീയത ദർശിച്ച അദ്ദേഹത്തിൽനിന്ന് ഇപ്രകാരമൊരു കലാദർശനം ഉരുത്തിരിഞ്ഞുവന്നത് സ്വാഭാവികമാണ്.

ലിയൊണാർഡോ ദാവിഞ്ചിയുടെ കലാദർശനത്തിലും ഇതിനു സദൃശമായ ഒരാശയം സ്ഥാനം പിടിച്ചിട്ടുണ്ടെന്ന് ന്യൂട്ടൻ ആർവിൻ ഒരു പ്രബന്ധത്തിൽ (The Blot and the Diagram)ചൂണ്ടിക്കാണിക്കുന്നു.

കാവ്യമീമാംസയുടെ മേഖലയിലും ഈ ആശയം കാലാകാലങ്ങളിൽ കടന്നുവന്നിട്ടുണ്ട്. ഒരു പ്രലോഭനമെന്ന നിലയിൽ അത് ഫ്രഞ്ചു സിംബലിസ്റ്റ് പ്രസ്ഥാനത്തിൽ സ്വാധീനം ചെലുത്തുകയും ചെയ്തു. “സംഗീതം, സർവ്വോപരി സംഗീതം, അതാണ് നവീനകവിതയുടെ പ്രമാണം” എന്നു പ്രഖ്യാപിച്ചത് വെർലെയ്ൻ ആണ്. അതനുസരിച്ച് കവിതയ്ക്ക് രൂപം നൽകാൻ അദ്ദേഹം സാഹസികമായി യത്നിക്കുകയും ചെയ്തു. അതിന്റെ ഫലമായുണ്ടായ കവിതകൾ സംഗീതത്തിനു സദൃശമാണെന്ന് പല ഫ്രഞ്ചു വിമർശകരും അഭിപ്രായപ്പെടുന്നു.

ആ അഭിപ്രായത്തിന്റെ സാധുത നിർണ്ണയിക്കാൻ നമുക്കാവുകയില്ല. ഇംഗ്ലീഷ് പരിഭാഷകളിലൂടെ പരിചയപ്പെടുമ്പോൾ അത്തരം കവിതകൾ പൂർണ്ണമായും ആശയനിർമ്മുക്തമല്ലെന്നാണ് കാണുന്നത്. എങ്കിലും, അവാച്യമായ മനോഹാരിതയാൽ അവ ഹൃദയാപഹാരികളായി ഭവിക്കുന്നു എന്ന വാസ്തവം നാം അനുഭവിച്ചറിയുകയും ചെയ്യുന്നു. അത്യന്തം ഗഹനവും അനിർവചനീയവുമായ സൂക്ഷ്മഭാവങ്ങൾക്ക് സ്ഥൂലരൂപം നൽകുന്നതിനുള്ള സർഗ്ഗാത്മക പരീക്ഷണത്തിന്റെ വിജയമായിട്ടാണ് ആ കവിതകൾ വിരാജിക്കുന്നത്. കവിതയെ സംഗീതത്തിൽ തുല്യമാക്കാനുള്ള പരിശ്രമം അവിടെ അനിവാര്യമാണ്.

അയ്യപ്പപ്പണിക്കരുടെ ഗോപികാദണ്ഡകം വായിച്ചനുഭവിച്ച ലഹരി ഒട്ടൊന്നു ശമിച്ചപ്പോഴാണ് ഈ കവിതാതത്ത്വവിചാരഗതിയിലൂടെ എന്റെ മനസ്സ് നീങ്ങിയത്.

ഒരു വൃത്തവിശേഷമെന്നതുപോലെ സംഗീതത്തിന്റെ വകഭേദവുമാണ് ദണ്ഡകം എന്ന് ഈ ശീർഷകത്തോടു ബന്ധപ്പെടുത്തി ഓർമ്മിക്കേണ്ടതാണ്. രാഗതാളലയഭംഗികൾ അനുരഞ്ജിപ്പിക്കുന്നതിന് ആ ദീർഘവൃത്തം നല്ലവണ്ണമിണങ്ങുന്നു.

“അറിയുന്നു ഗോപികേ നിന്നെ ഞാൻ” എന്നാണ് കവിത ആരംഭിക്കുന്നത്. “അറിയുന്നു നിന്നെ ഞാൻ ഗോപികേ” എന്നവസാനിക്കുകയും ചെയ്യുന്നു. അറിവാണ് കവിതയുടെ

കേന്ദ്രബിന്ദു. അറിവാകട്ടെ, അഖണ്ഡമാണ്. ഭൂതവർത്ത മാനഭാവികളെന്ന ഖണ്ഡങ്ങൾക്കിടമില്ലാത്ത അറിവാണത്.

ഗോപികയെയാണ് സംബോധന ചെയ്യുന്നതെന്ന തിനാൽ, സംബോധന ചെയ്യുന്നത് കൃഷ്ണനായതിനാൽ, അറിവ് ഗോപികയെ സംബന്ധിക്കുന്നതാണെന്ന് പ്രാരംഭ ത്തിൽ തോന്നാം. അറിയുന്നതു കൃഷ്ണനാണെന്നും. എന്നാൽ, കവിത അതിന്റെ സമഗ്രതയിൽ അവശേഷിപ്പി ക്കുന്ന ബോധം അറിവ് കാലദേശാതിവർത്തിയാണെന്നും അത് സമസ്തജീവജാലങ്ങൾക്കും ബാധകമാണെന്നുമാണ്. കേന്ദ്രവർത്തിയായ അറിവിന് ദൈവികസ്വഭാവമുണ്ടെ ന്നർത്ഥം.

പതിനൊന്നു ഭാഗമായി കാണപ്പെടുന്ന കവിതയിലെ എട്ടാം ഭാഗത്തിൽ

....പിന്നെയറിവായ് അറിവിന്റെ
നിറവായി നിറമായി നിനവായി മാറുന്നു നാം
നമ്മളിരുവരും ഗോപികേ

എന്ന വാക്കുകളിൽ നമ്മുടെ ശ്രദ്ധ പതിയേണ്ടതാണ്. 'നമ്മളി രുവരും' എന്ന പ്രയോഗത്തിൽ ജീവപ്രപഞ്ചമാകെ അടങ്ങുന്നു എന്ന പ്രതീതിയാണുള്ളത്.* പത്താം ഭാഗ ത്തിലെ ഏതാനും വരികൾ കൂടി ഇതോടു ചേർത്തു വായി ച്ചെങ്കിൽ മാത്രമേ ഭാവം വിശദമാവുകയുള്ളൂ.

അറിയുന്നു ഞാനിതുംകൂടി: മനുഷ്യന്റെ
കണ്ണില്ലയെങ്കിൽ മഴവില്ലിന്നെന്താണു
ഭംഗി ഹേ ഗോപികേ മനുഷ്യന്റെ മനമില്ല-
യെങ്കിൽ കണ്ണുകൾക്കെന്താണു ഭംഗി ഹേ
ഗോപികേ നീയില്ലയെങ്കിൽ നിൻവ്രതഭക്തി-
യില്ലെങ്കിൽ ഈ ശ്യാമകൃഷ്ണൻ വെറും കരിക്കട്ട-
യെന്നറിയുന്നു ഞാൻ വീണ്ടുമറിയുന്നു ഞാൻ.

കണ്ണും കാഴ്ചയും തമ്മിലുള്ള ബന്ധം, മനസ്സും കണ്ണും തമ്മിലുള്ള ബന്ധം - അതാണ് ഇവിടെ അറിവ്. ഒന്നിനെ മറ്റൊന്നിൽ നിന്നു വേർതിരിച്ചു കാണാനാവുമോ? രണ്ടും ഒന്നു തന്നെയല്ലേ? അതു തന്നെയാണ് ഗോപികയും കൃഷ്ണനും തമ്മിലുള്ള അഭേദ്യമായ ബന്ധം. "നീയില്ലെ ങ്കിൽ നിൻ വ്രതഭക്തിയില്ലെങ്കിൽ ഈ ശ്യാമകൃഷ്ണൻ

* ശ്രീനാരായണ ഗുരുദേവന്റെ

അറിവിനു നിറവുണ്ടെന്നാ-
ലറിവല്ലാതുള്ളതെങ്ങിരുന്നീടും? (അറിവ്)

എന്ന വാക്കുകൾ ഇവിടെ സ്മരണീയമാണ്.

വെറും കരിക്കട്ടയെന്നറിയുന്നു ഞാൻ" എന്നതുകൊണ്ട് വാക്യമവസാനിക്കുന്നില്ല. "വീണ്ടുമറിയുന്നു ഞാൻ" എന്ന് അതു തുടരുന്നു. വീണ്ടും വീണ്ടുമറിയുന്നു, എപ്പോഴുമറിയുന്നു എന്ന ആശയമാണ് അതിൽ മുറ്റിനിൽക്കുന്നത്. ഗോപികയുടെ സ്ഥിതിയും വ്യത്യസ്തമല്ല. കൃഷ്ണനില്ലെങ്കിൽ, കൃഷ്ണന്റെ സ്ഥിരാനുരാഗമില്ലെങ്കിൽ, പിന്നെ ഗോപികയ്ക്ക് നിലനില്പുണ്ടോ? അതാണ് പ്രേമപൂർണ്ണതയുടെ സ്വഭാവം.

ദിവ്യസ്വഭാവമാർന്ന ഈ അറിവാണ് ഗോപികാകൃഷ്ണന്മാരുടെ അനുരാഗത്തിലൂടെ കവി ആവിഷ്ക്കരിക്കുന്നത്. സർഗ്ഗാത്മകമായ ദിവ്യോന്മാദത്താലാവിഷ്ടനാകുന്ന പ്രചോദിത മുഹൂർത്തത്തിൽ, കവിയറിയാതെ തന്നെ, അനുരാഗഭാവം ദിവ്യസ്വഭാവത്തിലേക്കു വികസിച്ചതാണെന്ന് കവിതയുടെ സ്വച്ഛന്ദഗതി വിളംബരം ചെയ്യുന്നു. ആസ്വാദകമാനസങ്ങൾ അതിൽ ലയിച്ചു പോകുന്നു. (ആ അനുഭവം ഓർമ്മിച്ചുകൊണ്ടാണ് 'ലഹരി' എന്നു തന്നെ ഞാൻ പ്രയോഗിച്ചത്.)

എങ്കിലും, ലൗകികമായ നിറക്കൂട്ടിലൂടെയാണ് കവിതയിൽ അനുരാഗമുഹൂർത്തങ്ങൾ ചിത്രീകൃതമായിരിക്കുന്നത്. അതങ്ങനെയേ സാധ്യമാക്കൂ. ഏതു സൂക്ഷ്മ ഭാവവും ഇന്ദ്രിയവേദ്യമാക്കുക എന്നത് കവിതയുടെ സ്വഭാവമാണ്. അപ്പോൾ, രാഗഭാജനമായ ഗോപികയെ കമിതാവായ കൃഷ്ണൻ അറിയുന്നത്, വരളുന്ന ചുണ്ടിലെ നനവാർന്നൊരോർമയായും കാളിന്ദിയുണരുന്ന പുതുമോഹയാമങ്ങളിലെ മാരുതനായും മാരുതനിലലിഞ്ഞുചേർന്ന നവപുഷ്പരാഗാർദ്രസുസ്മേരമായും അഴൽ ചേർന്നൊരഴകായുമാണ്. അതങ്ങനെയാകാതെ നിവൃത്തിയില്ല. പ്രത്യേകിച്ചും, ചിരകാല വിരഹത്തിരുനാളിലെ ഓർമ്മയായി അറിവ് ഉണരുമ്പോൾ! ('തിരുനാൾ' എന്ന പ്രയോഗത്തിൽ വിരഹത്തിന്റെ വിശുദ്ധി).

അവിടെ ഗോപികയുടെ സ്മൃതിചിത്രം ഹൃദയസ്പർശിയും സമാവർജ്ജകവുമാണ്. വിജനതയിലെ ഏകാന്തഭവനത്തിൽ ഏകയായി, തഴുതിട്ട കതകിന്റെ പിന്നിൽ, ശരീരവും മനസ്സും ഒരുപോലെ തളർന്ന് അവൾ നിലകൊള്ളുന്നു. നിശ്ചലയാണെങ്കിലും അവളുടെ ഉള്ളിൽ ഏകാന്തശോകം ഇടിവെട്ടുന്നു. കൺപോള നനഞ്ഞുപോകുന്നുവെന്നു മാത്രം. ഇത്തരം ഗോപികമാരൊക്കെയും ഇടയനെക്കാണാഞ്ഞ് ഓടിക്കിതയ്ക്കുകയും ഓടക്കുഴൽവിളിക്ക് കാതോർത്തു

നിൽക്കുകയും ചെയ്യുമ്പോൾ രാധ മാത്രം കൃഷ്ണനെത്തന്നെ സ്മരിച്ചുകൊണ്ട്, തന്റെ അഴലും പരാതിയും ഉള്ളിലൊതുക്കി, അതൊക്കെയും തന്റെ ധനമായി കാത്തുസൂക്ഷിക്കുന്നു.

അവളുടെ നനവാർന്ന കൺപോളകളിൽ ഉരുകിനിൽക്കുന്ന മുറിവുകളിൽ അപ്പോഴും കൃഷ്ണന്റെ പ്രേമഗീതം വേദനയകറ്റുന്ന സുഗന്ധതൈലമായി ഒഴുകിക്കൊണ്ടിരിക്കുന്നു. അതോടെ, കൃഷ്ണന്റെ ഓടക്കുഴലിലെ ഗാനപീയൂഷം രാധയ്ക്കു മൃതസഞ്ജീവനിയായി ഭവിക്കുന്നു.

ആ രാഗം ദർശിക്കുമ്പോൾ യോഗേശ്വരനായ കൃഷ്ണന്റെ അന്തരാത്മാവിലും ദാഹത്തിന്റെ തരംഗങ്ങളിളകുന്നു. കൃഷ്ണൻ അനിയന്ത്രിതമായി പറഞ്ഞു പോകുന്നു: ഓമലേ, നീ തളരാതിരിക്കൂ. തഴുതിട്ട വാതിൽ തുറക്കൂ. എന്നിട്ട്, യമുനയുടെ തിരമാല പുൽകുന്ന തീരമായ ഈ എന്നെ നീട്ടിപ്പിടിക്കൂ, എന്നെ തഴുകൂ...

കൃഷ്ണന്റെ വെമ്പലിൽ മുറ്റിനിൽക്കുന്ന വികാരാവേഗമെന്തെന്ന് കവിയുടെ വാക്കുകളിൽ തന്നെ അറിയൂ:

....ഇവനെ നീ തഴുകൂ തണുപ്പിന്റെ ചൂടും ചൂടിൽ
തണുപ്പും പകരുന്ന ഹേമന്തമായിപ്പടരൂ പടരുന്ന
തീനാളമായിപ്പിടയൂ പിടയുന്ന ചോരക്കുഴലൊ –
ത്തൊരോടക്കുഴലായി വന്നെന്റെ ചുണ്ടിൽ തുടിക്കൂ
തുടിക്കൂ തുടുക്കൂ തുടം ചേർന്നൊരോമൽ-
പ്പശുവിന്റെ മുലപോലെ മാർദ്ദവം
വിങ്ങി ചുരത്തൂ മധുമാസവധുവിന്റെ സമ്മാന-
മാകുമീ വനമാല പങ്കിട്ടെടുക്കൂ ചിരിക്കൂ
ചിരിക്കൂ മൃദുവായി മിഴിനീരിലുലയുന്ന
മഴവില്ലു പോൽ പുഞ്ചിരിക്കൂ.

കവിതയുടെ മാദകനൃത്തം അനുഭവപ്പെടുന്ന ഈ വരികളിലെ ആന്തരികവും ബാഹ്യവുമായ സംഗീതം ഏതാസ്വാദക ഹൃദയത്തെയാണ് സൗന്ദര്യാനുഭൂതിയുടെ അലൗകിക മേഖലയിലേക്കുയർത്താതിരിക്കുക? ശബ്ദാർത്ഥങ്ങൾ വേർതിരിച്ചറിയാനാവാത്ത രീതിയിൽ താളലയങ്ങൾ പുലർത്തുന്ന ഈ പദവിന്യാസത്തിലെ മാധുര്യം വ്യാഖ്യാനത്തിനു വഴങ്ങാത്തതാണ്. അനുഭവിച്ചു മാത്രം അറിയേണ്ടതാണത്.

ദിവ്യമായ ഏതഴകിനെയാണോ ചങ്ങമ്പുഴ, 'മലരൊളി തിരളും മധുചന്ദ്രികയിൽ മഴവിൽക്കൊടിയുടെ മുനമുക്കി,' എഴുതാനുഴറിയത്, ആ അഴകിന്റെ സ്വരൂപമാണ് ഇവിടെ

അയ്യപ്പപ്പണിക്കർ ഒരു പിഞ്ഛികാചലനത്താലെന്നവണ്ണം പ്രത്യക്ഷമാക്കുന്നത്.

ചോരക്കുഴലൊത്തൊരോടക്കുഴൽ, മധുമാസവധുവിന്റെ സമ്മാനമാകുമീ വനമാല, മിഴിനീരിലുലയുന്ന മഴവില്ല് മുതലായ അചുംബിതമായ പ്രയോഗങ്ങളുണർത്തുന്ന പ്രതീതിമാധുര്യം കേന്ദ്രവർത്തിയായ ഭാവത്തിന് പരിപോഷണമരുളുന്നുവെന്ന കാര്യവും ശ്രദ്ധിക്കേണ്ടതാണ്.

അപ്പോഴും വൃന്ദാവനത്തിൽ നൃത്തോത്സവം തിമർക്കുന്നു. അതിലെ മേളഭംഗിയാകട്ടെ ചന്തമേറെയുള്ളതും തരളവുമാണ്.

തളകെട്ടി വളയിട്ടു താളം ചവിട്ടിത്തളിരൊത്ത
പാവാട വട്ടം ചുഴറ്റിപ്പതപാദമേളം മയക്കും
നികുഞ്ജങ്ങളവിടെത്ര ഗോപിമാർ -

ഒരു നൃത്തോത്സവത്തിന്റെ ഉല്ലാസസ്വഭാവം മുഴുവൻ ഈ പദനിബന്ധന ഉദ്ദീപിപ്പിക്കുന്നില്ലേ? ('ഉത്സവം' പോലുള്ള അനേകം കവിതകളിൽ പണിക്കരുടെ ഈ കാവ്യകലാവൈഭവത്തിന്റെ ചാരുത നാം ദർശിക്കുന്നു.) അങ്ങനെയൊരു നൃത്തോത്സവം പതിവായി നടമാടുന്നത് രാധയ്ക്ക് അറിയാത്തതല്ല. അവളുടെ കാതിലും അതു പ്രതിധ്വനിക്കുന്നു. പക്ഷേ, കൃഷ്ണസാന്നിധ്യമുള്ളതാണെങ്കിലും ആ നൃത്തരംഗം രാധയെ ആകർഷിക്കുന്നില്ല. അവളെ അതാകർഷിക്കുന്നില്ലെന്ന് കൃഷ്ണനറിയാം. തനിക്കതറിയാമെന്ന് കൃഷ്ണൻ ഗോപികയെ അറിയിക്കുകയും ചെയ്യുന്നു: "നിനക്കുനിന്മാർഗ്ഗം വിഭിന്നമാണതു ഞാനറിഞ്ഞെന്നു മറിയൂ."

ആ ക്രീഡോത്സവത്തോടു ചേർന്നു നിൽക്കുന്നതാണ് അമ്പാടിയിലെ ലീലകൾ. വനരാജി പതയുന്ന നറുവെണ്ണിലാവും രസരാസകേളിയും ഗോവർദ്ധനപർവ്വതവും കാളിയമർദ്ദനവും മാത്രമല്ല, 'ഉടയാടകിട്ടുവാൻ കൈകൂപ്പി പ്രാർത്ഥിച്ചു നിൽക്കുന്ന സഖികളും' ആ ലീലകളിൽപ്പെടുന്നു. അതിലും രാധയില്ല എങ്കിലും അവിടെങ്ങും അവളുടെ പരിദേവനം നിറയാതെ നിറയുന്നുവെന്ന് കൃഷ്ണൻ അറിയുന്നു.

അവയെല്ലാം ഓർമ്മ മാത്രമാണെന്നറിയുന്ന ആ മുഹൂർത്തത്തിൽ അവയോട് വേർപിരിയാൻ കാലമായിരിക്കുന്നുവെന്ന് കൃഷ്ണൻ അറിയുന്നു. പിരിയേണ്ടകാലത്ത് പിരിയേണ്ടതാണ്. പിരിഞ്ഞു പോകേണ്ടത് ഭാവിയിലേയ്ക്കാണ്. യോഗേശ്വരനായ കൃഷ്ണന് ആ ഭാവി അജ്ഞാതമല്ല.

കംസവധമുൾപ്പെടെ പല വധങ്ങൾക്കും വേദിയാകുന്ന മഥുരയും ദ്വാരകയും കുരുക്ഷേത്രവും ഗീതോപദേശവും - ഭാവിയിൽ സംഭവിക്കാൻ പോകുന്നതൊക്കെയും ആ ദർശനത്തിൽ തെളിയുന്നു. രാജ്യഭരണവും യുദ്ധവും ശാന്തിഗീതവും കൂട്ടക്കൊലയിലെ രക്തപ്രവാഹവും കലരുന്ന ആ രംഗങ്ങളിൽ കർമ്മനിരതനാകുമ്പൊഴും രാധയിൽ നിന്ന് കൃഷ്ണൻ വേർപിരിയുന്നില്ല. പിരിയാത്തതു മൂലം കൃഷ്ണനിൽ ആധിപത്യം ചെലുത്തുന്നത് ഒരേയൊരു മോഹം;

> ഈ ഗ്രാമാന്തരാളത്തിലൊഴുകുന്ന ശാന്തിയായ്
> ശാന്തസംഗീതമായ് തിരികെവന്നെന്റെ പുരാവൃത്ത-
> പരിധിയിൽ പകലെത്തിനോക്കാത്ത രാത്രിയാ-
> യലയാനുമലിയാനുമിവനുണ്ട് മോഹം.

ഇതിൽ, ഈ മോഹത്തിൽ, വൈരുദ്ധ്യമില്ലേ? ഗ്രാമാന്തരാളത്തിൽ ശാന്തിയായും ശാന്തസംഗീതമായും ഒഴുകാൻ മോഹിക്കുന്നു എന്നു പറഞ്ഞിട്ട് അതു തുടരുന്നതെങ്ങനെയെന്നു നോക്കും. പകൽ ഒരിക്കലും എത്തിനോക്കാത്ത രാത്രിയായി അലയാനും അലിയാനും മോഹം! രാത്രി ദ്യോതിപ്പിക്കുന്ന നീരന്ധ്രമായശോകവും, ഗ്രാമീണശോകവും എങ്ങനെ പൊരുത്തപ്പെടും? ശാന്തിയും ശോകവും വിരുദ്ധഭാവങ്ങളല്ലേ? അല്ലെന്നു പറയാനാവുകയില്ല.

പക്ഷേ, വൈരുദ്ധ്യം ശ്രദ്ധയിൽപ്പെടാത്ത വിധം കവിതയിൽ രണ്ടും ഇണങ്ങിച്ചേരുന്നു. രാധയുടെ മൂകമായ ശോകവും കൃഷ്ണന്റെ ഉല്ലാസലീലകളും സ്ഥിരമായി പരസ്പരലയത്തിൽ അലിയുന്നതുപോലെ.

ബാല്യലീലകളും കൗമാര വിനോദങ്ങളും രാസക്രീഡയും, രാജ്യഭരണവും, യുദ്ധവും, ഗീതോപദേശവും മറ്റും മറന്നാലും രാധയെ മറക്കാൻ കൃഷ്ണനു സാധ്യമല്ല. കാരണം, കൃഷ്ണന്റെ ഭാഗമാണ് രാധ. സ്രഷ്ടാവിന്റെ ഭാഗമാണ് സൃഷ്ടി എന്നതുപോലെ. സൃഷ്ടിയില്ലെങ്കിൽ സ്രഷ്ടാവിന് അസ്തിത്വമുണ്ടോ?

> "നിന്നകതാരിലലിവൂറി നിൽക്കുന്നമൃദുകേസരത്തിൽ
> പരാഗകണികയായ്"

എന്നെ നീയും അറിയുന്നു, എന്ന് കൃഷ്ണൻ പറയുന്നു.

ബാല്യകൗമാരലീലകളുടെ സ്മരണയിലാണ് ഭാവിയെ സംബന്ധിക്കുന്ന ദർശനം ഇവിടെ പ്രതിഷ്ഠിതമായിരിക്കുന്നത്. ഭൂതകാലവും ഭാവികാലവും വർത്തമാനകാലത്തിന്റെ ബിന്ദുവിൽ ഒരുമിക്കുന്നു. പൂർവ്വാപരക്രമം തകർത്തുകൊണ്ട് കാലത്രയം അറിവ് എന്ന അനുഭവത്തിൽ

ഒന്നായിത്തീരുന്നു എന്നർത്ഥം. അറിവിന് അനിവ്വർചനീയമായ ആത്മീയമാനം സിദ്ധിക്കുന്നതിന് ഇതു കാരണമായിതീരുന്നു.

ഒമ്പതാം ഭാഗമെത്തുമ്പോൾ മനുഷ്യരാശിയുടെ ബാല്യവും കൗമാരവും യൗവനവും കാലത്തിലൂടെ കാട്ടുന്ന ക്രീഡകളായി വിവരണം വികസിക്കുന്നു. പുഴകളും ചെടികളും പൂക്കളും കുലപർവ്വതങ്ങളും ബാല്യകാലത്തിന്റെ സഖികളാണ്. കൗമാരത്തിന്റെ കളിക്കൂട്ടുകാരാണ്. അതിൽ ശേഷമോ? യൗവ്വനം മിഥ്യയുടെ ഗൗരവം കൈവരിക്കുന്നു. അതോടെ, മഹനീയകമനീയ കർമ്മരംഗത്തിൽനിന്ന് മനുഷ്യൻ അകലുന്നു. അവൻ ഭൂമിയിൽ അന്യനായി മാറുന്നു. കീഴടക്കേണ്ട വസ്തുവായി ഭൂമിയെ അവൻ കാണുന്നു. ഫലമോ? അവൻ ഭൂമിയെ മരുഭൂമിയാക്കിതീർക്കുന്നു. നഗരങ്ങൾ, യന്ത്രങ്ങൾ, വിഷവാതകങ്ങൾ - ഇവയെല്ലാം ചേർന്ന് സൂര്യചന്ദ്രാദിജ്യോതിസ്സുകളെപ്പോലും കണ്ണിൽ നിന്നു മറയ്ക്കുന്നു.

അമ്മയെ അന്യയായി കാണുകയും അമ്മയുടെ വൈരികളാവുകയും ചെയ്യുന്ന മനുഷ്യരിൽ നിന്ന് പാപകർമ്മങ്ങളേ ഉണ്ടാവൂ. ആ പാപകർമ്മങ്ങൾ കൃഷ്ണനെ സംമ്പന്ധിച്ചിടത്തോളം, മനുഷ്യനാശത്തിലേ കലാശിക്കൂ. വനവേടൻ നെയ്യുന്ന അസ്ത്രത്തിന്റെ കാരുണ്യത്തിൽ കൃഷ്ണൻ സമാധിസ്ഥനാകാതെയും നിവൃത്തിയില്ല.

ഇവയെല്ലാം സംഭവിച്ചു കഴിയുമ്പോഴും,

“................................. കാളിന്ദിതീരത്തെ
കളികളും ചിരികളും അവയേറ്റു പാടുന്ന
കളഗാനകുഞ്ജങ്ങളും കരിമേഘനിറമാർന്നൊ-
രെന്നോർമ്മയും...........”

കെട്ടടങ്ങുമ്പോഴും, രാധയുടെ പ്രണയഗീതത്തിന്റെ മുറിവേറ്റ പല്ലവി നീണ്ടുനിൽക്കാമെന്ന് കൃഷ്ണൻ പ്രവചിക്കുന്നു. അങ്ങനെ ആ ഗീതം സർവ്വത്തെയും അതിജീവിക്കുമ്പോൾ,

“...........ധരയായി ധാത്രിയായ് മർത്ത്യരെല്ലാവരും
അവസാനമണയേണ്ട സത്രമായ് സ്തോത്രമായ്
അറിയുന്നു നിന്നെ ഞാൻ ഗോപികേ.”

എന്ന അറിവ് നിത്യതയിലേക്കു നീളുന്നു. കൃഷ്ണനില്ലാതെ രാധയില്ലാത്തതിനാൽ, രാധയില്ലാതെ കൃഷ്ണനില്ലാത്തതിനാൽ, അറിവ് ശാശ്വതമായി നിലനിൽക്കുന്നു. ശാശ്വതമായതുകൊണ്ട് അറിവ് സ്തോത്രമായിത്തീരുന്നു.

ആസ്വാദനത്തിന്റെ മാസ്മരികാവസ്ഥയിൽ നിന്നുണർന്ന് സമചിത്തതയോടുകൂടി അവലോകനം ചെയുമ്പോൾ ഗോപികാദണ്ഡകത്തിന്റെ ഭാവമേഖല പലതലങ്ങളിലായി വ്യാപിച്ചിരിക്കുന്നുവെന്ന് നാം അറിയുന്നു. ആദ്യത്തേത്, വിപ്രലംഭശൃംഗാരത്തിന്റെ തലമാണെന്ന് പ്രത്യേകം പറയേണ്ടതില്ല. വിരഹവേദനയനുഭവിക്കുന്ന സ്വന്തം കാമുകി ലോകത്തിലെ മറ്റെല്ലാ കാമുകീകാമുകന്മാരിൽ നിന്നും വ്യത്യസ്തരാണെന്ന് കാമുകൻ കാണുന്നു. അവൾക്ക് അവളുടെ മാത്രം മാർഗ്ഗം. വിരഹദുഃഖം മുഴുവൻ ഉള്ളിലൊതുക്കി തന്നെ മാത്രം ധ്യാനിച്ചുകൊണ്ട് അവൾ ഏകാകിനിയായി കഴിയുന്നു. വിരഹദുഃഖം അവളുടെ ഹൃദയത്തിൽ തുളുമ്പുന്നു. അത് വഹിക്കുന്നതിന്റെ മൗനത്തിൽ അവൾ വിശുദ്ധയായിതീരുന്നു. ചുറ്റുപാടും ആനന്ദോത്സവം നൃത്തമാടുമ്പോഴും അവൾ അതിലാകൃഷ്ടയാകുന്നില്ല. സ്ഥിരാനുരാഗത്തിന്റെ ഏകാന്തദുഃഖത്തിൽ അവളെ കാണുന്ന കൃഷ്ണൻ, അവൾ തന്റേതുമാത്രമാണെന്നറിയുന്നതോടൊപ്പം താൻ അവളുടേതുമാത്രമാണെന്നും അറിയുന്നു. മാത്രമല്ല, അവൾ തനിക്കു പ്രാണനാണെന്നും, അവളില്ലെങ്കിൽ താൻ വെറും കരിക്കട്ട മാത്രമാണെന്നും കൂടി അറിയുന്നു.

വിരഹദുഃഖത്തിന്റെ ഉദാത്ത ഭാവമാണ് ഗോപികാദണ്ഡകം പ്രാഥമികതലത്തിൽ ഉദ്ദീപിപ്പിക്കുന്നത്. അതിനനുചിതമായ കാമഭാവനകൾപോലും കല്പനയിൽ കലർന്നിട്ടുണ്ടെന്ന് സൂക്ഷിച്ചുനോക്കിയാൽ കാണാം,

പ്രകൃതിയും മനുഷ്യനും തമ്മിലുള്ള അഭേദ്യമായ ബന്ധത്തിൽ മുറിവുണ്ടാകുന്നതിന്റെ വേദനയും കവിതയുടെ മറ്റൊരു ഭാവതലമാണ്. പ്രകൃതിക്ക് മനുഷ്യജീവിതത്തിൽ കാമുകിയുടെ സ്ഥാനമാണുള്ളത്. (മാതൃത്വഭാവം ഏറിനിൽക്കുമ്പോഴാണ് കാമുകി മാതൃകാകാമുകിയാകുന്നതെന്ന സത്യം ഇതോടുചേർത്ത് ഓർമ്മിക്കേണ്ടതാണ്.) ലോകം വെട്ടിപ്പിടിക്കാനും നവീന മേഖലകളിൽ ആധിപത്യം സ്ഥാപിക്കാനുമുള്ള വ്യഗ്രതയിൽ മാതൃത്വഭാവമാർന്ന ആ കാമുകിയിൽ നിന്നു പിരിഞ്ഞ് മനുഷ്യൻ യാന്ത്രികശക്തിയാർജ്ജിക്കാനുള്ള പോരാട്ടങ്ങളിൽ മുഴുകിക്കഴിയുന്നു. കാടുകൾ നശിപ്പിച്ചും നദീജലങ്ങൾ മലിനമാക്കിയും ശുദ്ധവായുവിൽ വിഷവാതകം കലർത്തിയും നാഗരികതയുടെ നവീന ലോകങ്ങൾ സൃഷ്ടിക്കാൻ അവൻ പരിശ്രമിക്കുന്നു. പ്രകൃതിയിൽനിന്ന് വേറിട്ട് അവൻ കൃത്രിമത്വത്തിന്റെ ലോകത്തിൽ അശാന്തനായി വിഹരിക്കുന്നു. അപ്പോഴും വിരഹാതുരയായ

പ്രകൃതി അവനുവേണ്ടി കാത്തിരിക്കുന്നു - പരാതി പറയാതെ, കണ്ണീരു ചൊരിയാതെ.

അശാന്തിയാലസ്വസ്ഥനാകുന്തോറും മനുഷ്യൻ പ്രകൃതിയെ അധികമധികം അറിയുന്നു അമ്മയുടെ സഹനശക്തിയോടുകൂടി തന്നെ കാത്തിരിക്കുന്ന ആ കാമുകിക്കു മാത്രമേ ശാന്തിയും സുഖവും നൽകി തന്നെ സമാശ്വസിപ്പിക്കാൻ കഴിയുകയുള്ളൂ എന്നും അവനറിയുന്നു. അവളില്ലെങ്കിൽ താൻ വെറും കരിക്കട്ട മാത്രമാണെന്ന് മനസ്സിലാക്കുകയും ചെയ്യുന്നു.

അപ്പോഴും വിരഹവും വേദനയും വേദനയിൽ നിന്നുണരുന്ന ഗതകാലസ്മൃതികളും ഇടകലർന്ന് നിശ്ശബ്ദമായ ശോകഗാനത്തിന്റെ മധുരമായ രാഗത്തിൽ ആത്മാവിനെ തഴുകുന്നു.

ഒരു ദീപനാളമെന്ന പോലെ കവിതാശില്പത്തിന്റെ കേന്ദ്രത്തിൽ തെളിയുന്ന ആത്മീയദീപ്തി ഇവയെയെല്ലാം അതിവർത്തിക്കുന്ന ഭാവതലമാണ്. ആ ചൈതന്യം ദർശിക്കാതെ ആസ്വാദനം പൂർണ്ണമാകുന്നില്ല. അതു ദർശിക്കുമ്പോഴാകട്ടെ, ഗോപികാദണ്ഡകം എന്ന കവിത ശില്പരമ്യമായ ഒരു ദേവാലയത്തിന്റെ വിശുദ്ധിയോടെ പരിലസിക്കുന്നതായനുഭവപ്പെടുന്നു. ശ്രീനാരായണ ഗുരുവിന്റെ ശൈലിയിൽ പറഞ്ഞാൽ “മായയും മായാവിനോദനും മായയെ നീക്കി സായൂജ്യം നൽകുമാര്യനും” ഉദാത്തഗംഭീരമായ സംഗീതത്തിലെ നാദവീചികളായി മാറി കവിതയെ സംഗീതത്തിന്റെ പദവിയിലേക്കുയർത്തുന്നുവെന്ന് നാം തിരിച്ചറിയുന്നു

■

അനുബന്ധം

പരിചായകം

കൊച്ചപ്പൻകുഞ്ഞും അയ്യപ്പപ്പണിക്കരും

കാവാലം നാരായണപണിക്കർ

കവി എന്ന നിലയിൽ തന്റെ കാലഘട്ടത്തിൽ ജീവിച്ചിരുന്ന കവികളിൽ നിന്നെല്ലാം വ്യത്യസ്തമായ ജീവിത സമീപനം പുലർത്തിയിരുന്ന ആളാണ് അയ്യപ്പപണിക്കർ. നവഭാവുകത്വത്തിന്റെ ഉപജ്ഞാതാവെന്ന നിലയിൽ അദ്ദേഹത്തിന്റെ കർമ്മകാണ്ഡങ്ങളെ അപഗ്രഥിക്കുന്ന ഈടുറ്റ പഠനമാണ് എം.കെ. സാനു നിർവ്വഹിച്ചിരിക്കുന്നത്.

നിസ്സംഗനെന്നോ പ്രജ്ഞാപ്രതിഷ്ഠിതനെന്നോ വിശേഷിപ്പിക്കാവുന്ന മാനസികാവസ്ഥയോടെയാണ് ജീവിതത്തെ പൊതുവെയും തന്റെ കാവ്യസപര്യയെ പ്രത്യേകമായും അയ്യപ്പപണിക്കർ സമീപിച്ചിരുന്നത്. സമൂഹവുമായും സാമൂഹ്യചേതനയുമായും വിട്ടുവീഴ്ച്ചയില്ലാത്ത ബന്ധം പുലർത്തിക്കൊണ്ടും മൂല്യശോഷണത്തിനെതിരെ ആക്ഷേപഹാസ്യത്തിന്റെ വാക്ശരം തൊടുക്കുന്നതിൽ സവ്യസാചിത്വമാർജ്ജിച്ചു കൊണ്ടുമുള്ളതായിരുന്നു അദ്ദേഹത്തിന്റെ ജീവിത സമീപനം.

സംഭാഷണത്തിൽ ഉതിർമണികൾ പോലെ പൊഴിഞ്ഞു വീണിരുന്ന ഫലിതപ്രയോഗങ്ങൾ അദ്ദേഹത്തെ അറിഞ്ഞിരുന്ന, അദ്ദേഹം അറിഞ്ഞിരുന്ന വിപുലമായ സമൂഹത്തിൽ പ്രശസ്തി നേടിയിരുന്നു. സ്വഭാവത്തിൽ അലിഞ്ഞു കിടന്ന ഈ പ്രത്യേകത തന്നെയാണ് അതിന്റെ ഉദാത്തതലമായ കാവ്യരചനയുടെ ആത്മമുദ്രയായത്. ഇതാവട്ടെ പാരമ്പര്യവഴിക്കു പകർന്നുകിട്ടിയ സ്വത്താണ്. വൈദികശ്രേഷ്ഠനായ അച്ഛനിൽ ഈ സ്വഭാവം അതിന്റെ മൂലദശയിൽ തെളിഞ്ഞു നിന്നിരുന്നു. ഞാനും അയ്യപ്പപ്പണിക്കരും പുലവാലായ്മകൾ ദീക്ഷിച്ചിരുന്ന അടുത്ത ബന്ധുക്കളായിരുന്നു; കുടുംബ പുരാണത്തിലെ ഒരേ മാതൃവഴി പങ്കിട്ട സന്തതികളായിരുന്നു. അതുകൊണ്ട് അയ്യപ്പ

പ്പണിക്കരുടെ അച്ഛന്റെ സംഭാഷണചാതുര്യം എനിക്കു ബാല്യം മുതലേ അടുത്തറിയാൻ ഇടവന്നു. *കൊച്ചുപോറ്റിച്ചേട്ടൻ* (ഞങ്ങൾ അങ്ങനെയാണ് അദ്ദേഹത്തെ വിളിച്ചിരുന്നത്) എന്തു പറഞ്ഞാലും അതിലൊക്കെ രസികത്വം തെളിഞ്ഞു നിന്നിരുന്നു. അദ്ദേഹം കവിയല്ലായിരുന്നു എങ്കിലും പണിക്കരിൽ മുളപൊട്ടി വിരിഞ്ഞ കവിതയുടെ ആദികന്ദങ്ങൾ, ഈ പിതൃവഴിയിൽ തൂവി ക്കിടന്നവയാണ്.

അദ്ദേഹം കുട്ടിക്കാലത്ത് സദാരാമസംഗീത നാടകത്തിൽ പ്രധാന സ്ത്രീവേഷം കെട്ടിയിരുന്നു എന്ന് പ്രായമായ ശേഷം ചില അടുപ്പമുള്ളവരോട് പറഞ്ഞതായി കേട്ടിട്ടുണ്ട്.

ഓലിക്കൽ വീടിന്റെ മുൻവശത്തുള്ള തോട്ടിൽ ഒരിക്കൽ കൊച്ചുപോറ്റിച്ചേട്ടൻ മുങ്ങിക്കുളിക്കുമ്പോൾ വഴിയേ വള്ളത്തിൽ പോയ ഒരു പരിചയക്കാരൻ ചോദിച്ചു:

എന്താ തിരുമേനി കുളിക്കുകയാണോ?

അദ്ദേഹം മറുപടി പറയാൻ ഒട്ടും താമസിച്ചില്ല.

അല്ലാ, കാപ്പി കുടിക്കയാണ്.

എന്നിട്ട് തോട്ടിലെ വെള്ളത്തിൽ ഒന്നുകൂടെ മുങ്ങി!

ഇദ്ദേഹത്തിന്റെ മകളുടെ മകനായ ആനന്ദ് കാവാലം ഒരിക്കൽ അപ്പൂപ്പനോടു *നമസ്തേ* എന്നു പറഞ്ഞ കഥ വീട്ടു കാർക്കിടയിൽ പ്രസിദ്ധമാണ്. അദ്ദേഹം പറഞ്ഞു:

നീ നമസ്തേന്നു വരികയാ? ഞാനിവിടെത്തന്നെയുണ്ട്.

പാരമ്പര്യത്തെ നിഷേധിച്ചു കൊണ്ടുള്ള ആധുനികത യേയോ, ആധുനികോത്തരതയേയോ അല്ല അയ്യപ്പപ്പണിക്കർ ഉപാസിച്ചത്. പുരോഗമനത്തെപ്പറ്റിയുള്ള വിചാരത്തിൽ ത്തന്നെയും പൈതൃകസംരക്ഷണവും, അതിൽ നിന്നുള്ള ഊർജ്ജാവാഹനവും അദ്ദേഹം അനിവാര്യമായി കരുതി. കാവ്യ രചനയ്ക്ക് ആധാരമായിത്തന്നെയായിരുന്നു ഇതിനോടുള്ള സമീപനം. കൂടിയാട്ടം പോലെയൊരു കലയിലോ, നാട്യ ശാസ്ത്രം പോലെയൊരു സൗന്ദര്യശാസ്ത്രഗ്രന്ഥത്തിലോ അഭിരമിച്ചാൽ ആധുനികന്റെ ശുദ്ധിനഷ്ടപ്പെടുമെന്നു പണിക്കർ ഒരിക്കലും വിശ്വസിച്ചില്ല. വിജ്ഞാനത്തോടും സംസ്കൃതി യോടും നിഷേധാത്മക സമീപനം പുലർത്താതെ പുതിയ അനു ഭവങ്ങളുമായി അവയെ ഇണക്കാനാണ് അദ്ദേഹം ശ്രമിച്ചിട്ടു ള്ളത്.

പാരമ്പര്യത്തെ അന്ധമായി ആരാധിച്ച് ആധുനികതയെ നിഷേധിക്കാനും അദ്ദേഹം തയ്യാറായിരുന്നില്ല. തായ്‌വഴി യിലൂടെ കിട്ടിയ പാരമ്പര്യത്തെയും *ആശായ്മയേ*യും പറ്റി

അദ്ദേഹത്തിനു ശരിയായ അവബോധമുണ്ടായിരുന്നു. *കുടുംബ പുരാണം* എന്ന കവിതയിൽ, *ഉാച്ചി, ഉപ്പാലി* എന്നീ അമ്മൂമ്മ മാരിൽ ആഴ്ന്നു കിടന്ന വേരുകൾ തേടുമ്പോൾ അനുഭവിക്കുന്ന *തിക്തകശക്തി*യുടെ ഉദാരതയിൽ അദ്ദേഹം അഭിരമിച്ചിരുന്നു. കടൽകടന്ന മാധവപൗർണ്ണമിയുടെ കുളിരിൽ ആറാടി നിൽക്കു മ്പോഴും, *നിറവേറാത്ത വാഗ്ദാനങ്ങ*ളെ ഓർത്ത് അഭിമാനി ക്കാനും ഒരുങ്ങിയിരുന്നു!

അപൂർണ്ണതയിൽ നിന്നും പൂർണ്ണതയിലേക്കുള്ള അടരുകൾ അന്വേഷിക്കുകയും ദൂരമളക്കുകയും ചെയ്യുമ്പോൾ തന്റെ സ്വത്വാഭിമാനത്തെ തിരിച്ചറിയുന്ന ആത്മകഥാകഥനമാണു *കുടുംബപുരാണം*. പിന്നിൽ നിൽക്കുന്ന തലമുറകളെ തന്റെ സർഗ്ഗപരിശ്രമങ്ങളിലൂടെ അനുസ്മരിക്കുന്നതോടൊപ്പം, താൻ പ്രതിനിധാനം ചെയ്യുന്ന സംസ്കൃതിയുടെ സാമൂഹ്യപരി പ്രേക്ഷ്യത്തെ വിലയിരുത്താനുള്ള ശ്രമവും ഇവിടെ തെളി യുന്നു. *ഇരവി* എന്നു മാറാപ്പേരുള്ള കേശവപ്പണിക്കരുടെ മുമ്പിൽ വേമ്പനാട്ടുകായൽ വഴിമാറിക്കൊടുത്തു എന്ന കാവ്യ കല്പന കേരളത്തിന്റെ നെല്ലറയായ കുട്ടനാട്ടിലെ ചെളിമണ്ണിൽ കനകം വിളയിച്ച കർഷകപ്പെരുമയുടെ വിളംബരമാണ്. ഗ്രാമീണ ജീവിതത്തിൽ നിന്നും കിട്ടിയ നാടോടിത്തനിമയോടും അവിടെ തന്റെ തന്നെ പ്രതിച്ഛായകൾ പോലെ പടർന്നു കിട ക്കുന്ന ഉതിരബന്ധങ്ങളോടും ഇടപഴകാൻ കിട്ടുന്ന വിവാഹം പോലെയുള്ള അപൂർവ്വം അവസരങ്ങളിൽ പണിക്കരെ ഒന്നു കാണേണ്ടതാണ്. സ്വന്തം ഇളംതലമുറക്കാരേയും ഇണങ്ങ രേയും പിണങ്ങരേയും പേരെടുത്തു വിളിച്ച് സ്നേഹം തള രാതെ സൂക്ഷിക്കുന്ന പ്രകൃതക്കാരനായിരുന്നു പണിക്കർ.

അതുപോലെ എഴുത്തുകാരുമായുള്ള സാമീപ്യസമ്പർക്ക ങ്ങൾ അഭംഗുരം കാത്തുസൂക്ഷിക്കുന്നതിലും പണിക്കർ ശ്രദ്ധാലുവായിരുന്നു; നന്നെ ചെറുപ്പം മുതൽ കണ്ടിരുന്ന പ്രത്യേ കതയാണിത്.

പട്ടണത്തിൽ ഉപരിപഠനത്തിനു പോയിരുന്ന കാലത്ത് അവധിക്കാലമായാൽ കാവാലത്തു വന്നിരുന്ന അവസരങ്ങൾ ഞാൻ ഓർമ്മിക്കുന്നു. പമ്പാനദിയുടെ തീരത്തുള്ള പഴയ അഞ്ചലാപ്പീസിന്റെ അരപ്രേസിൽ ഉറ്റ സുഹൃത്തായ കാവാലം വിശ്വനാഥക്കുറുപ്പുമായി തമാശ പറഞ്ഞു രസിക്കുന്ന, പള്ളി യറക്കാവ് അമ്പലത്തിലെ ഉത്സവബഹളത്തിൽ മിന്നിമറയുന്ന, *കൊച്ചപ്പൻകുഞ്ഞ്* (ഞാൻ അങ്ങനെയാണു വിളിച്ചിരുന്നത്, എന്നെ നാരായണച്ചേട്ടൻ എന്നും) ആരോടും അധികം അടുക്കുന്ന സ്വഭാവക്കാരനായിരുന്നില്ല. എന്നാൽ സ്വന്തം

ആളുകളോടുള്ള ആത്മബന്ധം സദാ മനസ്സിൽ സജീവമാക്കി സൂക്ഷിക്കാൻ ശ്രദ്ധാലുവായിരുന്നു. പണിക്കരുടെ അനന്തിരവൻ യുവകവിയായ ആനന്ദ് കാവാലത്തോട് ഒരിക്കൽ ഈ അമ്മാവൻ ചോദിച്ചു: *കെ.എം. പണിക്കരുടെ പുണർകോട്ടു സ്വരൂപം എന്ന നോവൽ വായിച്ചിട്ടുണ്ടോ* എന്ന്. *ഇല്ല* എന്ന് അനന്തിരവന്റെ മറുപടി. *പിന്നെങ്ങനെ നീ എഴുത്തുകാരനാകും* എന്നു പണിക്കരുടെ തുടർച്ചോദ്യം.

സ്വന്തം പാരമ്പര്യത്തെപ്പറ്റി അറിയുക എന്ന മൂല്യബോധം ഒരെഴുത്തുകാരന് ആവശ്യമാണെന്നു തെളിയിച്ച *കുടുംബപുരാണ* കർത്താവിന് അങ്ങനെയല്ലേ പറയാൻ കഴിയൂ. അലക്സ് ഹെയ്‌ലി എന്ന അമേരിക്കൻ നീഗ്രോ എഴുത്തുകാരന്റെ *റൂട്ട്സ്* (Roots) എന്ന ഗ്രന്ഥം ആറു തലമുറകളുടെ കുടുംബപുരാണമാണ്. അതാണ് പ്രീഡിഗ്രിക്കു പ്രശസ്തമായ വിജയം വരിച്ച ആനന്ദിന് അമ്മാവൻ സമ്മാനം നൽകിയത്.

ചെറുപ്പത്തിൽ നാടുമായി ബന്ധപ്പെടുന്ന ഘട്ടങ്ങളിൽ പലപ്പോഴും ഞങ്ങൾ തമ്മിൽ കാണാറുണ്ടായിരുന്നു. എന്റെ കവിതകൾ ചൊല്ലികേൾക്കാൻ താല്പര്യം പ്രകടിപ്പിച്ചിരുന്ന പണിക്കർ എന്നെ തന്റെ ഒരു കവിതയും വായിച്ചു കേൾപ്പിക്കാൻ മെനക്കെട്ടതായി ഓർക്കുന്നേയില്ല.

എന്റെ കൊച്ചമ്മാവനായ സർദാർ കെ.എം.പണിക്കരെ ഒരിക്കൽ അയ്യപ്പപ്പണിക്കർ കണ്ട ചിത്രം എന്റെ മനസ്സിൽ തെളിഞ്ഞു നിൽക്കുന്നു. പണിക്കരുടെ *കുടുംബപുരാണ*ത്തിലെ മാധവപൗർണ്ണമി എന്നു വിശേഷിപ്പിക്കുന്നത് സർദാർ പണിക്കരെപ്പറ്റിയാണ്. ദീർഘനേരം അവർ തമ്മിൽ അന്നു സംസാരിച്ചു. കവിതയെക്കുറിച്ചും കവിതാതത്വങ്ങളെപ്പറ്റിയും. അന്ന് ഒരുപക്ഷേ ആദ്യവും അവസാനവുമായിരിക്കണം അവർ സംസാരിച്ചത്. കാരണം സർദാർ വീട്ടിലേക്കു വരുന്നതു തന്നെ വളരെ ദുർല്ലഭഘട്ടങ്ങളിലായിരുന്നു. അയ്യപ്പപ്പണിക്കർ പഠിക്കാനായി കോഴിക്കോട്ടും മറ്റുമായിരുന്നതിനാൽ ഇവരുടെ ഇരുവരുടേയും കാവാലത്തേക്കുള്ള വരവ് ഒരേ സമയത്തായിരുന്നില്ല. അമ്മാവനിൽ കണ്ടിരുന്ന തർക്കിക്കുന്ന സ്വഭാവം അന്നു കുറെ കൂടുതൽ പ്രകടമായി കണ്ടു. ഇളംതലമുറയിൽ പെട്ട ഒരു അനന്തിരവന്റെ അഭിപ്രായങ്ങളിലൂള്ള സ്ഥൈര്യവും മിടുക്കും പരിശോധിക്കാൻ മനപ്പൂർവ്വം കരുതിയുള്ള ഈ സംഭാഷണം കഴിഞ്ഞ് അയ്യപ്പപ്പണിക്കർ വീട്ടിലേക്കു മടങ്ങി. പണിക്കർ പോയിക്കഴിഞ്ഞ് കൂടെയുണ്ടായിരുന്ന തന്റെ ജ്യേഷ്ഠനോടു സർദാർ പറഞ്ഞതിങ്ങനെയാണ്!

ഈ കൊച്ചപ്പൻകുഞ്ഞ് മിടുക്കനാണ്. അവനു നല്ല ഭാവിയുണ്ട്.

പ്രവചനത്തിൽ അനുഗൃഹീതനായിരുന്ന അമ്മാവന്റെ വാക്കു തെറ്റിയില്ല.

ഞാനും അയ്യപ്പപ്പണിക്കരുമായി കുട്ടിക്കാലത്തു കാവാലത്തു വെച്ചുണ്ടായിരുന്ന ഇടപെടലുകൾക്കു ശേഷം ഞാൻ ആലപ്പുഴയിൽ താമസമാക്കിയ കാലം മുതൽക്കു തിരുവനന്തപുരം സന്ദർശിക്കുമ്പോഴൊക്കെ അദ്ദേഹവുമായി കൂടുതൽ അന്യോന്യപ്പെടാൻ അവസരങ്ങൾ കിട്ടിയിരുന്നു. പ്രത്യേകിച്ചും, *കേരളകവിത*യുടെ പ്രവർത്തനങ്ങളുമായി എന്നെയും അദ്ദേഹം ബന്ധപ്പെടുത്തിയിരുന്നു. തിരുവനന്തപുരം നാടകവേദിയുമായി പണിക്കർ അടുത്തിടപഴകിയിരുന്ന കാലത്ത് ജി.ശങ്കരപ്പിള്ളയും സി.എൻ.ശ്രീകണ്ഠൻ നായരും നടത്തിയിരുന്ന നാടക പരിശ്രമങ്ങളിൽ സക്രിയമായ പങ്കാണു പണിക്കർ നിർവ്വഹിച്ചു പോന്നത്. ശ്രീകണ്ഠൻ നായരുടെ *രാമായണ നാടകത്രയ*ത്തിന്റെ രംഗാവിഷ്കാരത്തിൽ അദ്ദേഹം സജീവമായി സഹകരിച്ചിരുന്നു. ആ കാലത്ത് ഏതാണ്ട് ആയിരത്തിതൊള്ളായിരത്തി അറുപതുകളിൽ എന്റെ നാടക പരിശ്രമങ്ങൾ ആലപ്പുഴ കേന്ദ്രമാക്കി ആരംഭിച്ചിരുന്നു. സി.എൻ.ശ്രീകണ്ഠൻ നായരുടെ നേതൃത്വത്തിൽ കോട്ടയത്ത് *നവരംഗ്* നാടകക്കൂട്ടായ്മ അന്നു ഗൗരവമായി പ്രവർത്തിച്ചു വന്നു. ശങ്കരപ്പിള്ളയുടെ നാടകപ്രവർത്തനങ്ങൾ ശാസ്താംകോട്ടയിലും തിരുവനന്തപുരത്തുമായി ഊർജ്ജസ്വലതയോടെ നടന്നിരുന്നു. ഈ മൂന്നു നാടക പ്രവർത്തനങ്ങളെയും ഒരു വേദിയിൽ കൊണ്ടുവരാൻ പണിക്കരുടെ പരിശ്രമങ്ങൾക്കു സാധിച്ചു. *സാകേത*ത്തിന്റെ രംഗാവതരണവുമായി സഹകരിക്കാൻ അന്ന് ആലപ്പുഴയിൽ താമസിച്ചിരുന്ന എനിക്കും അവസരം ലഭിച്ചു. *സാകേത*ത്തിന്റെ സംവിധാനത്തിലും അവതരണത്തിലും അവതരണശേഷം നടത്തിയ ചർച്ചകളിലും ഞാനും പങ്കുകൊണ്ടിരുന്നു. ശാസ്താംകോട്ടയിലും കൂത്താട്ടുകുളത്തും വെച്ചു നടന്ന കളരികളിലെ നാടക സംവാദങ്ങളിൽ നിന്നാണ് *തനതു നാടകം* എന്ന ആശയം രൂപപ്പെട്ടത്.

നാടകവേദിയിൽ കേരളീയ നാടകസംസ്കൃതിയുടെ ആദിമാതൃകകൾ തെളിച്ചെടുക്കേണ്ടതിന്റെ അനിവാര്യതയെപ്പറ്റിയുള്ള ചർച്ചയിൽ പലരും പങ്കാളികളായെങ്കിലും സി.എൻ. ശ്രീകണ്ഠൻ നായരാണ് *തനത്* എന്ന ചിന്തയുടെ താത്വിക പ്രശ്നത്തെ അധികരിച്ചുള്ള ആധികാരികമായ രേഖ രചിച്ചത്. എം.ഗോവിന്ദൻ, അയ്യപ്പപ്പണിക്കർ, പി.കെ.ബാലകൃഷ്ണൻ,

സി.എൻ. ശ്രീകണ്ഠൻ നായർ, ജി.ശങ്കരപ്പിള്ള, എം.കെ. സാനു, മധു (പി. മാധവൻ നായർ) എന്നിങ്ങനെ സാഹിത്യത്തിന്റെ നാനാശാഖകളിൽപ്പെട്ട ഒരു സുഹൃദ്വലയം കളരിപ്രസ്ഥാനത്തോടനുബന്ധിച്ചുള്ള പ്രവർത്തനങ്ങളിൽ തല്പരരായിരുന്നു. *കേരളകവിത*യുടെ ലക്കങ്ങളിൽ കവിതയോടൊപ്പം നാടകപ്രവർത്തനങ്ങളേയും സംയോജിപ്പിക്കുന്നതിൽ പണിക്കർ പ്രധാന പങ്കു വഹിച്ചു.

ആലപ്പുഴയിൽ ആരംഭിച്ച് തിരുവനന്തപുരത്തേക്കു കുടിയേറിയ *സോപാനം* നാടകവേദിയുടെ പ്രവർത്തനത്തിലും അയ്യപ്പപ്പണിക്കർ സജീവ സഹകരണമാണു നൽകിപ്പോന്നത്.

നാടകരംഗത്തു നടത്തിയ ഇടപെടലുകളോടു ബന്ധപ്പെട്ട് നാട്യശാസ്ത്രത്തെപ്പറ്റിയുള്ള നിയതമായ സമീപനങ്ങൾ വെളിവാക്കുന്ന ചർച്ചകളിൽ ഞങ്ങൾ സാധാരണ പങ്കെടുത്തിരുന്നു. അദ്ദേഹത്തെ കൂടാതെ *മാർഗ്ഗി*യുടെ സ്ഥാപകനായി കലാരംഗത്തിന് ഈടുറ്റ സംഭാവനകൾ നൽകിയ ദിവംഗതനായ ഡി. അപ്പുക്കുട്ടൻ നായരും ഞാനും അത്തരം അനേകം പഠനഘട്ടങ്ങളിൽ പങ്കാളികളായിട്ടുണ്ട്. അപ്പുക്കുട്ടൻ നായരുടെ വീട്ടിൽ വെച്ചു അനൗപചാരികമായാണെങ്കിലും, നിഷ്ഠയോടെ നടത്തിയിട്ടുള്ള വായനയിലും ചർച്ചയിലും അനുഭവമാണ് വലിയ വിജ്ഞാനം എന്ന നിഗമനത്തെ അരക്കിട്ടുറപ്പിക്കാൻ ഞങ്ങൾ ശ്രമിച്ചിരുന്നു. *മാർഗ്ഗി*യിൽ നടക്കുന്ന കഥകളി-കൂടിയാട്ടങ്ങളേയും എന്റെ സംസ്കൃത-മലയാള നാടക പരിശ്രമങ്ങളെയും മുൻനിർത്തി അഭിനയത്തിലെ സൂക്ഷ്മസങ്കേതങ്ങളെ അപഗ്രഥനത്തിലൂടെ ആഴത്തിൽ പഠിക്കാൻ ഞങ്ങളുടെ കൂട്ടായ്മ വിലപ്പെട്ട അവസരമാണു നൽകിയിട്ടുള്ളത്. ഈ ചർച്ചകളേയും പഠനത്തേയും തുടർന്ന് ഞങ്ങളുടെ *സോപാനം* നാടകക്കളരിയിൽ നിരന്തരമായി കളിയൊരുക്കങ്ങൾ കാണുക പണിക്കർക്കൊരു ഹരമായിരുന്നു. അതുപോലെ *മാർഗ്ഗി* കളിയരങ്ങുകളിലും ഒരു വിദ്യാർത്ഥിയുടെ മനോഭാവത്തോടെ പങ്കെടുക്കാൻ ശ്രദ്ധകാണിച്ചിരുന്നു. കളിയൊരുക്കം കാണുന്നതായിരുന്നു കളികാണുന്നതിലും കൂടുതൽ അദ്ദേഹം ഇഷ്ടപ്പെട്ടത്. കണ്ടുകൊണ്ടിരിക്കുമ്പോൾ ഒരക്ഷരവും ഉരിയാടാതെ പൂർണ്ണമായും അതിൽ ദത്തശ്രദ്ധനായിരിക്കും. തക്കം കിട്ടിയാൽ, അല്ലെങ്കിൽ തക്കമുണ്ടാക്കി ചില നർമ്മം നിറഞ്ഞ സൂത്രവാക്യങ്ങളിലുള്ള അഭിപ്രായങ്ങൾ പറഞ്ഞെന്നിരിക്കും.

പലപ്പോഴും നടന്മാരെ *നേരെനയിക്കാൻ* (അഭിനയിക്കാൻ) അദ്ദേഹത്തിന്റെ നർമ്മോക്തികൾ സഹായിക്കുമായിരുന്നു. തന്റെ അഭിനയത്തെപ്പറ്റി ആകാംക്ഷ പുലർത്തുന്ന ഞങ്ങളുടെ

നാടകവേദിയിലെ പ്രധാനിയായ ഒരു നടൻ കോട്ടയത്തു വെച്ചു നടന്ന ഒരു നാടകം കഴിഞ്ഞ് മുഖത്തെഴുത്തു തുടച്ചുകൊണ്ടു ചോദിച്ചു: *സർ നാടകമെങ്ങനെയിരുന്നു?* നന്നായിരുന്നു എന്നു പണിക്കരുടെ മറുപടി. നടൻ വിടുന്ന മട്ടില്ല. അദ്ദേഹത്തിനറിയേണ്ടത് മറ്റൊന്നായിരുന്നു. അതായത് ആ നടന്റെ വേഷം എങ്ങനെയിരുന്നു എന്ന്. എടുത്തെടുത്ത് അദ്ദേഹം ചോദ്യമായി. അപ്പോൾ പണിക്കർ പറഞ്ഞു: *ആലപ്പുഴയിലെ അത്രയും മോശമായില്ല.* നടനു സന്തോഷമായി. *അതു കേട്ടാൽ മതി* എന്ന് അദ്ദേഹം സന്തോഷത്തോടെ പറഞ്ഞു. കേട്ടുനിന്നവർ ചിരിച്ചപ്പോഴാണ് നടനു പണിക്കരുടെ ചിരിച്ചു കൊണ്ടുള്ള അഭിപ്രായപ്രകടനത്തിലെ പൊരുൾ പിടികിട്ടിയത്. ഇതിൽ അടങ്ങുന്ന തെറ്റു തിരുത്തലിന് വിധേയരാകുന്നവർ അതിലെ നിരുപദ്രവമായ നർമ്മത്തിന്റെ മർമ്മം അറിയുന്നവരായിരുന്നു.

എറണാകുളത്ത് ഒരു ചൊൽക്കാഴ്ച്ചയ്ക്ക് നെടുമുടി വേണു എത്തിക്കോളാം എന്നു പണിക്കരോടു സമ്മതിച്ചിരുന്നതാണ്. വേണുവിന് എത്തിച്ചേരാൻ പറ്റിയില്ല. ജോൺഎബ്രഹാം നെടുമുടിയിൽ വെച്ചു നിർമ്മിക്കുന്ന *ചെറിയാച്ചന്റെ ക്രൂരകൃത്യങ്ങൾ* എന്ന സിനിമയുമായി ബന്ധപ്പെട്ടു തനിക്ക് എത്തിച്ചേരാൻ വയ്യാതെ വന്നതായി കാവാലം പത്മനാഭൻ മുഖാന്തിരം വേണു അയ്യപ്പപ്പണിക്കരെ അറിയിച്ചു. പത്മനാഭൻ ചൊൽക്കാഴ്ച്ചയിൽ ഞങ്ങളോടൊപ്പം വാദിത്രം കൈകാര്യം ചെയ്യാൻ എത്തിയതാണ്.

ജോൺഎബ്രഹാമിന്റെ സിനിമാ ഷൂട്ടിംഗിലായിരുന്ന *വേണ്വെബ്രഹാമിന് ഒരു ഫോണെബ്രഹാമെങ്കിലുമാകാമായിരുന്നു* എന്നു പണിക്കർ. അതു കഴിഞ്ഞ് അധികം താമസിയാതെ തന്നെ മറ്റൊരവസരത്തിൽ ഒരു വീഴ്ച പറ്റി കാലിൽ ഉളുക്കുമായി ചിത്രഞ്ജലി സ്റ്റുഡിയോവിൽ വച്ചു പണിക്കരെ കാണാനിടയായ ജോൺ എബ്രഹാം പണിക്കരോടു ചോദിച്ചു:

സാറെന്നെ ഫോണെബ്രഹാമാക്കി ഇല്ലേ?

പണിക്കരുടെ വക മറുപടി:

അയ്യോ തെറ്റിപ്പോയി. വീണെബ്രഹാമല്ലെ!

നർമ്മവീരനായ ജോൺ തൊഴുതു കീഴടങ്ങി.

ഒരിക്കൽ പണിക്കർ യൂഗോസ്ലാവിയായിൽ പോയി മടങ്ങി വന്ന് കളിയൊരുക്കം കാണാൻ ഞങ്ങളോടൊപ്പം കൂടി. അവിടെ വന്ന ഒരു സുഹൃത്ത് ഞാനാണു യൂഗോസ്ലാവിയായിൽ പോയതെന്നു ധരിച്ച് എന്നോടു ചോദിച്ചു:

യൂഗോസ്ലാവിയായിൽ പോയി ഇല്ലേ?

ഇതു കേട്ടു നിന്ന പണിക്കർ ഇടയ്ക്കു കയറി പറഞ്ഞു:

നോ നോ, ഐഗോസ്ലാവിയാ!

പുഞ്ചിരിയിൽ ചാലിച്ച ഇത്തരം നിരുപദ്രവമായ എത്ര എത്ര ഫലിതോക്തികളിലൂടെയാണ് അദ്ദേഹം സുഹൃത്തുക്കൾക്കും ആരാധകർക്കും പ്രിയംകരനായത്. ശത്രുക്കളെ ഉണ്ടാക്കാൻ കഴിയാത്ത തിളക്കമുള്ള നയചാതുര്യത്തിന്റെ ഉടമസ്ഥനായിരുന്നപ്പോഴും സൗന്ദര്യചിന്തയുമായി ബന്ധപ്പെട്ട തന്റെ വിശ്വാസ പ്രമാണങ്ങൾ മുറുകെ പിടിക്കുന്നതിൽ അദ്ദേഹത്തിന് നിർബ്ബന്ധ ശീലവുമുണ്ടായിരുന്നു.

അർത്ഥശൂന്യമെന്നു ബാഹ്യമായി തോന്നിയേക്കാവുന്നതും ആഴത്തിന്റെ കാര്യത്തിൽ അവഗണിക്കാനാവാത്തതും ഉള്ളുര മുറ്റിയതുമായ ഫലിതനുറുങ്ങുകൾക്കിടയിലും പ്രകടമായ ഗൗരവം പുലർത്തുന്ന ചിന്തയിലേക്ക് സ്വയം നയിക്കപ്പെടുന്നതും നമ്മെ നയിക്കുന്നതുമായ അനുഭവങ്ങളും എടുത്തു പറയേണ്ടതായുണ്ട്. കവി എം.ഗോവിന്ദനും പി.കെ.ബാലകൃഷ്ണനുമൊത്ത് എന്റെ വീട്ടിൽ വന്ന ഒരു ഘട്ടം ഓർമ്മിക്കുന്നു.

പണിക്കർ മറ്റുള്ളവരോടൊപ്പം ചായ കുടിക്കാതെയിരുന്നപ്പോൾ എന്റെ വീട്ടുകാരി കാര്യം തിരക്കി. വയറ്റിൽ സുഖമില്ലെന്നു പണിക്കർ പറഞ്ഞു:

കുറെ ദിവസമായി അസുഖം മാറുന്നില്ല. ഡോക്ടറുടെ മകളല്ലേ മച്ചൂൻ. എന്തെങ്കിലും മരുന്നു തരൂ.

(പണിക്കർ അങ്ങനെയാണ് എന്റെ വീട്ടുകാരി ശാരദാമണിയെ വിളിച്ചിരുന്നത്).

കടുക്കാ മോരിലിട്ടു ഒരു ദിവസം വെച്ചിട്ട് അരിച്ചെടുത്ത് പ്രഭാതത്തിൽ വെറും വയറ്റിൽ കഴിക്കൂ. എന്റെ അച്ഛൻ പറഞ്ഞു തന്നിട്ടുള്ളതാണ്. കടുക്കാ അമ്മയ്ക്കു തുല്യമാണ്.

മച്ചൂന്റെ ആധികാരികമായ നിർദ്ദേശമാണ്. അപ്രകാരം മരുന്നു കഴിച്ചോ എന്നതല്ല ഇവിടെ പ്രധാനം പണിക്കർ അന്നു രാത്രി തന്നെ കടുക്കയുമായി ബന്ധപ്പെട്ടു. മരുന്നായിട്ടല്ല, കവിതയായി. *കടുക്ക* എന്ന പേരിലുള്ള കവിത. എന്റെ ഭാര്യ ശാരദാമണിയാണ് ആ കവിതയിലെ അപ്രസ്തുതയായ ഇന്ദിരാഗാന്ധി. ഘട്ടം അടിയന്തിരാവസ്ഥയുടേത്. കവിതയിൽ ഇങ്ങനെ:

കടിച്ചല്ലേ പിടിച്ചല്ലേ
കടുപ്പം കാട്ടല്ലേ
കടുക്ക ഞാൻ കുടിച്ചോളാം
അമ്മച്ചി – ആ

കടുക്ക ഞാൻ കുടിച്ചേക്കാം
കയ്പ്പെന്നും പറയത്തില്ല
കവർപ്പെന്നും പറയത്തില്ല
കടുക്ക ഞാൻ കുടിച്ചേക്കാം
പൊന്നമ്മച്ചീ........

ഒറ്റയാൻ എന്ന എന്റെ നാടകം തിരുവനന്തപുരത്തെ മാർഗ്ഗി കളരിയിൽ അരങ്ങേറിയത് ഇത്തരുണത്തിൽ ഓർമ്മിക്കട്ടെ. *ഒറ്റയാൻ* അച്ചടിച്ചപ്പോൾ അതു വായിക്കാൻ ഇടയായ കൈനിക്കര കുമാരപിള്ളസാറാണ് *മാർഗ്ഗി*യിലെ നാടകാവതരണം ഉദ്ഘാടനം ചെയ്തത്. ഒറ്റയാനായി അഭിനയിച്ചതു ജഗന്നാഥൻ എന്ന പ്രസിദ്ധ നടനായിരുന്നു. കൈനിക്കരസാർ വായിച്ചതിന്റെ അടിസ്ഥാനത്തിൽ ആ നാടകത്തെ നിശിതമായി വിമർശിച്ചു. അതു നാടകമല്ല മറ്റെന്തോ ആയിരിക്കാം എന്നുവരെ പറഞ്ഞു. എന്റെ തൊട്ടടുത്തിരുന്ന സദസ്യരിൽ ഒരാളായ ജോൺഎബ്രഹാം കുമാരപിള്ളസാർ പറഞ്ഞു നിർത്തുന്ന ഘട്ടം നോക്കി തന്റെ മന്ദ്രസ്ഥായിയിൽ ചില എതിർപ്പുകൾ രണ്ടുമൂന്നു ഘട്ടങ്ങളിലായി പ്രകടിപ്പിച്ചു.

ഇതു ഞങ്ങൾ കുട്ടനാട്ടുകാർക്കേ പറ്റൂ...

അതു കാണുന്നവർ തീരുമാനിച്ചോളാം...

എന്നിങ്ങനെ.

ഉദ്ഘാടകനും ഇത് അലോസരം സൃഷ്ടിക്കാതിരുന്നില്ല. ആൾ ജോണല്ലേ, അദ്ദേഹത്തെ നിയന്ത്രിക്കാനാർക്കു കഴിയും. എന്നാൽ നിയന്ത്രണാതീതനുമായിരുന്നില്ല. പിറ്റേന്ന് കാലത്ത് പണിക്കർ എന്നെയും ജഗന്നാഥനേയും കൂട്ടി താൻ ഇൻഡ്യാനായിലെ പഠനം പൂർത്തീകരിച്ചു മടങ്ങിയപ്പോൾ കൊണ്ടുവന്ന ടേപ്പ്റിക്കാർഡറുമായി നേരെ കൈനിക്കരസാറിന്റെ വീട്ടിലേക്കു പോയി. ചെന്നപാടെ സ്വനഗ്രാഹി മേശപ്പുറത്തു വെച്ച്, ഇന്നലത്തെ നാടകത്തെപ്പറ്റി സാറിന്റെ അഭിപ്രായം പറയണം എന്ന അപേക്ഷയോടെ യന്ത്രം പ്രവർത്തിപ്പിച്ചു തുടങ്ങി. ആതിഥേയൻ വരട്ടെ *വരട്ടെ.... സാവധാനത്തിലാകാം* എന്നു പറഞ്ഞ് വിലക്കിയെങ്കിലും പണിക്കർക്ക് സാറിലുള്ള സ്വാധീനത്തിൽ മുറുകെ പിടിച്ചുകൊണ്ട് കർമ്മനിരതനായി. കുമാരപിള്ളസാർ ആ നിർബന്ധത്തിനു വഴങ്ങി സംഭാഷണം ആരംഭിച്ചു. കൈനിക്കരസാർ ഇത്തരം നാടകങ്ങളെ സർക്കസ്സിനോടുപമിച്ചു. അതിൽ വികാരത്തിന്റെ അംശമില്ലെന്നും താദാത്മ്യബോധമില്ലാത്ത ഇത്തരം രചനകൾ നാടകത്തിന്റെ പേരിൽ അംഗീകരിക്കാൻ ആവില്ലെന്നും അദ്ദേഹം ശഠിച്ചു. കഥകളി കണ്ടാൽ കരയാൻ കഴിയുമോ എന്നും ഭാരതീയ രസസിദ്ധാന്തത്തിൽ

കരുണമെങ്ങനെ രസമാകുമെന്നും മറ്റും പണിക്കർ ആ ചർച്ച യിൽ വാദിച്ചിരിക്കുന്നു. ദീർഘമായ ആ സംഭാഷണം ഗ്രന്ഥ മുഖപ്പിൽ പ്രസിദ്ധീകരിച്ചിട്ടുണ്ട്. ഈ ചർച്ചയുടെ തുടക്കക്കാര നായി എന്നതുപോലെ എന്റെ *ദൈവത്താർ, അവനവൻ കടമ്പ* എന്നീ നാടകങ്ങളെക്കുറിച്ചുള്ള ചർച്ചകളുടേയും സംഘാടക നായി മാറി എന്നത് പണിക്കരുടെ പതിവുകളിൽ പെടാത്ത താണ്. താൻ കൂടിച്ചേർന്നു ജന്മം നൽകിയ പുതിയ ആവിഷ്കാ രസംസ്കാരത്തിന്റേയും ഭാവുകത്വത്തിന്റേയും സവിശേഷത കളിൽ ഊന്നിയുള്ള പ്രവർത്തനമാകയാലാണ് ഇത്രയ്ക്കും അർപ്പണബോധത്തോടെ പ്രവർത്തിക്കാൻ കാരണമായത്. അങ്ങനെയൊരു സമീപനം സ്വന്തം രചനകളുടെ കാര്യത്തിൽ പോലും ദീക്ഷിക്കാതിരുന്ന സാഹചര്യം കൂടി ഓർക്കേണ്ട തുണ്ട്.

ഒരിക്കൽ ഞാൻ ഓർമ്മിക്കുന്നു, മഹാകവി ഭാസന്റെ *കർണ്ണ ഭാരം* നാടകത്തിന്റെ ഒരുക്കം നടക്കുമ്പോൾ കലാധരൻ എന്ന നടനായിരുന്നു അന്ന് കർണ്ണവേഷത്തിൽ നടിച്ചിരുന്നത്. ഗിരീ ശൻ, മോഹൻലാൽ തുടങ്ങി രണ്ടുമൂന്നു കർണ്ണന്മാരുണ്ടായി. കലാധരൻ ആദ്യമായി ആ വേഷം കെട്ടുകയായിരുന്നു. കർണ്ണൻ ചൊല്ലുന്ന ഒരു ശ്ലോകത്തിന്റെ അഭിനയമാണ് അന്നു നടന്നത്.

അയംസ കാലക്രമലബ്ധശോഭനോ
ഗുണപ്രകർഷോ ദിവസോയമാഗതഃ

ഗുണങ്ങൾ നിറഞ്ഞ ആ ദിവസം വന്നിരിക്കുന്നു എന്നു നേരേ കാണിച്ചാൽ പോരാ എന്നു തോന്നി. ഞാൻ അതിന്റേ വ്യംഗ്യത്തെ വിശദീകരിച്ചു. കർണ്ണൻ തുടങ്ങുന്നതു തന്നെ ശ്ലോകത്തിന്റെ പൂർവ്വപാദത്തിലെ അവസാനത്തെ വാക്കുക ളായ *ദിവസോയമാഗതഃ* എന്നാണ്. ആ ദിവസം വന്നു. ഏതു ദിവസം? ഇവിടെ മൂന്നു തരത്തിൽ ആ ദിവസത്തെ പൊലിപ്പി ക്കുന്ന വ്യാഖ്യാനമാണു ദൃശ്യവൽക്കരിച്ചത്. ഒന്ന്, ഒരു യുദ്ധ വീരന്റെ പയറ്റാനുള്ള അവസരം വന്നുവെന്ന വീരരസത്തിലുള്ള ആവിഷ്കാരം. അതിന്റെ താളലയങ്ങൾ ചടുലമാണ്. അതു കഴിഞ്ഞ്, അതേ വാക്കുകൾ ദുഃഖത്തോടെ വിളംബത്തിൽ അവതരിപ്പിക്കുന്നു. അതിനു തൊട്ടുമുമ്പാണ് കർണ്ണനെ കുന്തി സമീപിച്ചതും പാണ്ഡവർ സഹോദരന്മാരാണെന്നും അവരെ, പ്രത്യേകിച്ചും അർജ്ജുനനെ, കൊല്ലരുതെന്നും ആ അമ്മ അഭ്യർത്ഥിച്ചതും കർണ്ണൻ അമ്മയുടെ അപേക്ഷ നിരാകരി ച്ചതും. ഇതു മനസ്സിൽ വെച്ചുകൊണ്ട് *ദിവസോയമാഗതഃ* എന്നു പറയുമ്പോൾ അതിലടങ്ങുന്നതു നിറഞ്ഞ കരുണമാണ്. മൂന്നാ മത്, അർജ്ജുനനോടുള്ള ആജന്മവൈരാഗ്യം വീട്ടാനുള്ള

ദിവസം വന്നു എന്നത്; അതു വീരത്തെക്കാളും ശക്തമായി രൗദ്രത്തിന്റെ പ്രകടനമായി കലാശിക്കുന്നു.

ഈ പരിശീലനം ശ്രദ്ധിച്ചിരുന്നു കണ്ടതല്ലാതെ പണിക്കർ ഒരഭിപ്രായവും പറഞ്ഞില്ല. ഞാനൊന്നും ഒട്ടു ചോദിച്ചുമില്ല. വീട്ടിൽ ചെന്ന് അത്താഴം കഴിഞ്ഞ് വല്ലപ്പൊഴും പതിവാക്കാറുള്ള ഫോൺ സംഭാഷണത്തിൽ അന്നു കളിയൊരുക്കത്തിൽ കാണാനിടയായ വ്യംഗ്യവ്യാഖ്യയെപ്പറ്റി വിശദമായി അദ്ദേഹം സംസാരിച്ചു. ഒരു മണിക്കൂറുവരെ നീണ്ടു നിൽക്കുന്ന ഇത്തരം സംഭാഷണങ്ങൾ ഞങ്ങൾ ഇരുവരും ആസ്വദിച്ചിരുന്നു. കർണ്ണന്റെ *ദിവസോയമാഗതഃ* എന്ന ശ്ലോകഭാഗത്തിന്റെ ആകെയുള്ള അഭിനയപ്രകാരത്തിന് പണിക്കർ ഒരു പേരുമിട്ടു. *ഭാവത്രയം* എന്ന്. അദ്ദേഹം എവിടെയോ വിദേശസർവ്വകലാശാലയിൽ ഈ ആശയം തന്റെ പ്രബന്ധത്തിൽ ഉൾക്കൊള്ളിച്ചതായും പിന്നീട് എന്നെ അറിയിക്കുകയുണ്ടായി. ഇത്തരം എത്രയോ സന്ദർഭങ്ങൾ ഞങ്ങൾക്കിടയിൽ അന്യോന്യത സൃഷ്ടിച്ചിരുന്നു. ഇതുപോലെ തന്നെ ഭാരതീയ രസസങ്കല്പത്തിന്റെ സമകാലികപ്രയോഗ സിദ്ധാന്തങ്ങളിൽ പ്രഖ്യാത നാടകകൃതികളുടെ ചെയ്‌വനയെ മുൻനിർത്തി ഞാനും എന്റെ സഹപ്രവർത്തകരായ സോപാനകലാകാരന്മാരും ചേർന്നു നടത്തിയ അന്വേഷണങ്ങളിൽ ഞങ്ങൾക്കു ഉത്തേജനവും കരുത്തും പകർന്നു തരുന്നതിൽ പണിക്കർ നിർവ്വഹിച്ച പങ്ക് അദ്വിതീയമായിരുന്നു.

കേരളാ യൂണിവേഴ്സിറ്റിയുടെ ഇംഗ്ലീഷ് ഭാഷാവകുപ്പിൽ അദ്ദേഹം നായകത്വം വഹിച്ച കാലത്ത് ഒന്നിൽ കൂടുതൽ വട്ടം നാടകത്തെപ്പറ്റി ക്ലാസെടുക്കാൻ എനിക്കു സാധിച്ചിട്ടുണ്ട്. അവിടെ അതിനു മുമ്പും പിൻപും കേട്ടിട്ടില്ലാത്തതും ഭാരതീയ സാഹിത്യത്തിന്റേതായ മൂല്യ നിർധാരണഹേതുകങ്ങളുമായ പദങ്ങളും മറ്റുമായി അന്ന് സുലഭമായി വിദ്യാർത്ഥിനീ വിദ്യാർത്ഥികൾക്കു ബന്ധപ്പെടാൻ കഴിഞ്ഞിരുന്നു. *നാട്യശാസ്ത്രം, തൊൽക്കാപ്പിയം* എന്നീ വിലപ്പെട്ട ഗ്രന്ഥങ്ങളെ തന്റെ വിദ്യാർത്ഥികൾക്കു പരിചയപ്പെടുത്തുവാനും അവയ്ക്കു പകരാൻ കഴിയുന്ന അപൂർവ്വസിദ്ധിവിശേഷങ്ങൾ രസനായമാക്കുവാനും അദ്ദേഹം ശ്രദ്ധവെച്ചിരുന്നു.

എന്റെ നാടകവേദിയിലുള്ള പ്രവർത്തനത്തിന് അയ്യപ്പപ്പണിക്കരുടെ കാവ്യജീവിതവുമായുള്ള ബന്ധം സുദൃഢമാണ്. ഞങ്ങളുടെ തായ്‌വഴികളുടെ കാര്യത്തിലെന്നപോലെ അതും പൊക്കിൾക്കൊടി ബന്ധമാണ്. കാവാലം പോലെ കാർഷിക സംസ്കൃതിയുടെ കളിത്തൊട്ടിലിൽ പിറന്നു വീണ പണിക്കരുടെ വ്യക്തിത്വത്തിൽ അലിഞ്ഞു കിടന്ന സ്വക്ഷേത്ര

സ്വഭാവം ആ കാവ്യവാസനയെ എക്കാലത്തും സമ്പന്നമാക്കിയിരുന്നു.

പണിക്കരുടെ ബാല്യകാലത്തെപ്പറ്റി അദ്ദേഹത്തിന്റെ സഹോദരിയിൽ നിന്നും സാനുവിനു കേട്ടറിയാൻ കഴിഞ്ഞ വസ്തുതകളിൽ ഒളിഞ്ഞുകിടക്കുന്ന കുട്ടനാടൻ പാരമ്പര്യം, കുറേക്കൂടി നിഷ്കൃഷ്ടമായി പറഞ്ഞാൽ *ചൊട്ടയിലേ ശീലിച്ച കാവാല വഴക്കങ്ങൾ* ആ വ്യക്തിത്വത്തെ പ്രകാശമാനമാക്കിക്കൊണ്ട് എക്കാലത്തും കൂടെത്തന്നെയുണ്ടായിരുന്നു. നമ്പൂതിരി ഭാഷയിൽ പറഞ്ഞാൽ *അമ്മാത്തു*മായുള്ള മാതൃകാലയം അഥവാ മൂലപ്രകൃതിബോധം സ്വന്തം ഓലിക്കൽ തറവാട്ടിൽ നിന്നും കുടുംബപുരാണവഴിയിലൂടെ നാടും കടന്ന് ലോകത്തോളം വളരുന്നതാണ്. എങ്കിലും *താറാവിനെ നീന്തു പഠിപ്പിക്കേണ്ട ആവശ്യമില്ലാ*ത്തതു കൊണ്ട് വെള്ളം കണ്ടാൽ അതിനു നീന്താതിരിക്കാൻ വയ്യ. ഇതോർത്തിട്ടാണോ എന്തോ പണിക്കർ ഒരിക്കൽ പാടി:

പൂക്കാതിരിക്കാനെനിക്കാവതല്ലാ
ഞാൻ കണിക്കൊന്നയല്ലേ.....
വിഷുക്കാലമല്ലേ.....

കുരുക്ഷേത്രം കവിയുടെ ഇരുപത്തിനാലാമത്തെ വയസ്സിൽ എഴുതിയ കവിതയാണ്. മലയാളത്തിൽ ആധുനിക കവിതയുടെ പിറവി കുറിച്ച കവിത എന്നുതന്നെ ആ കവിതയെ വിശേഷിപ്പിക്കാം. അതു രചിക്കാൻ ഇടവരുത്തിയ കരാളമായ ലോക പരിതഃസ്ഥിതികളെപ്പറ്റി വിശദമാക്കിയ ശേഷം സാനു കുരുക്ഷേത്രത്തെ അവതരിപ്പിക്കുന്നതിങ്ങനെയാണ്:

...............തന്റെ കാലഘട്ടത്തെ ഗ്രസിച്ചിരിക്കുന്ന വിഭ്രാന്തിയുടെ സ്വരം പ്രതിദ്ധ്വനിക്കുന്നു. അതോടൊപ്പം ആ വിഭ്രാന്തിയിൽ നിന്നും മോചനം നേടുന്നതിനുള്ള പ്രാർത്ഥനയും........

സുഖം ദേഹി ഹൃഷീകേശ!
സുഖം ദേഹി ജനാർദ്ദന!

കുരുക്ഷേത്രത്തെപ്പറ്റിത്തന്നെ ഒരു ആധുനിക വീക്ഷണം. അവിടെ നടന്ന സർവ്വനാശം പ്രളയം തന്നെയാണ്. കുരുക്ഷേത്രത്തിനു ശേഷം നടന്നിട്ടുള്ള നാഗസാക്കിയും ഹിരോഷിമയും തൊട്ടു ഇന്നും നടക്കുന്ന ഒളിഞ്ഞും തെളിഞ്ഞുമുള്ള നരഹത്യകൾ വരെ അടങ്ങുന്നതാണ് ആ പ്രളയചിത്രീകരണം. നാഗരിക ജീവിതത്തിന്റെ ദൃശ്യബിംബങ്ങളും പദാവലികളും സ്വീകരിച്ചുകൊണ്ട് ഈ അവസ്ഥയെ വ്യാഖ്യാനം ചെയ്തിരിക്കുന്നു. ഈ തകർച്ച ആധുനിക വീക്ഷണത്തിൽ കാവ്യാത്മകമായി പ്രതിപാദിച്ചിരിക്കുന്നു. അതിലൂടെ അനാവരണം ചെയ്യുന്നത്

പ്രത്യക്ഷത്തിൽ നിസ്സാരമെന്നു തോന്നുന്ന ശിഥില ചിത്രങ്ങളിലൂടെയുള്ള ആഖ്യാനശൈലിയാണ്. ഒറ്റയ്ക്കൊറ്റയ്ക്ക് ശിഥിലമെങ്കിലും ഈ ബിംബങ്ങളുടെ സംയോജനം നടത്തേണ്ട ബാധ്യത വായനക്കാരനിൽ നിക്ഷിപ്തമാണ്. അത് അവന്റെ മാനസിക പശ്ചാത്തലം, സഞ്ചിതസംസ്കൃതി എന്നിവയെ ആശ്രയിച്ചിരിക്കുന്നു.

ഒരുപക്ഷേ മഹാപണ്ഡിതന്മാർക്കുവരെ ഇതിന്റെ വായന ദുർവ്വഹമായി തോന്നിയതായി പറയപ്പെടുന്നതിൽ അദ്ഭുതപ്പെടേണ്ടതില്ല. ഭാരതീയ ദർശന പശ്ചാത്തലത്തിൽ മുറുകെ പിടിക്കുന്നവർക്ക് ഈ കവിതയിലെ ബിംബവിന്യാസവും പ്രയോഗവൈചിത്ര്യവും സ്വരൂപിച്ചെടുക്കാൻ ബുദ്ധിമുട്ടുണ്ടായെന്നു വരും. അവരുടെ പതിവ് ആസ്വാദനശൈലി മാറ്റി നിർത്തി പുതിയ സമീപനം സ്വീകരിക്കേണ്ടതായി വരും. പാശ്ചാത്യ ദർശനത്തിൽ ശീലം വെച്ച ആസ്വാദകനു തന്നെയും, മാറാനുള്ള തയ്യാറാകൽ വേണ്ടിവരും. ഈ കവിതാരീതിയിൽ പാശ്ചാത്യസ്വാധീനമുണ്ടെന്നുള്ള ധാരണ നിലനിൽക്കുന്നുണ്ടെങ്കിലും ഇതിൽ തന്മയമായി, സ്വയംഭൂവായി ലയിച്ചുകിടക്കുന്ന ഭാരതീയത, മാനവികത, വിശ്വായത വീക്ഷണം തന്നെയാണെന്നും അതു നവഭാവുകത്വ സൃഷ്ടിക്കു കാരണമാകുന്നു എന്നും പറയാം. ഈ ആദ്യകാല പരിശ്രമങ്ങളിൽ നിന്നും വ്യത്യസ്തശൈലീഭേദങ്ങളോടുകൂടി പണിക്കരുടെ കവിത വളർന്നു കൊണ്ടേയിരുന്നു. ലളിതമായും, നർമ്മം തുളുമ്പുന്ന നാട്ടുവഴക്കങ്ങളിലൂടെയും അദ്ദേഹത്തിന്റെ കാവ്യസപര്യ രൂപപരിണാമങ്ങളിലൂടെ പുതിയ അർത്ഥങ്ങൾ തേടിക്കൊണ്ടു തുടർന്നു.

കവിതകൾ ഉറക്കെച്ചൊല്ലി യഥാർത്ഥ രസികന്മാർക്ക് ആസ്വാദനീയമാക്കാനുള്ള തീവ്രശ്രമത്തിലൂടെയാണ് കേരളീയരുടെ ഇടയിൽ നവഭാവുകത്വം സൃഷ്ടിക്കാൻ അദ്ദേഹം ശ്രമിച്ചത്. കവിതാ പാരായണത്തിന് വടക്കെ ഇന്ത്യയിൽ വളരെ പ്രശസ്തി നേടിയ ഒരു പ്രസ്ഥാനമായിരുന്നു *മുഷായിര*. നമ്മുടെ കവിയരങ്ങിനു തുല്യമായിരുന്നു അത്. അയ്യപ്പപ്പണിക്കരുടെ പത്രാധിപത്യത്തിൽ നടത്തിയിരുന്ന *കേരളകവിത* കവിതയ്ക്കു വേണ്ടി മാത്രമുള്ള ഒരു കാലിക പ്രസിദ്ധീകരണമായിരുന്നു. അതിൽ പ്രസിദ്ധീകരിക്കുന്ന കവിതകളടക്കമുള്ള കവിതകൾ കവികൾ തന്നെ ആലപിക്കുന്ന സമ്പ്രദായത്തിലൂടെ കവിതയെ ജനമദ്ധ്യത്തിലേക്കു കൊണ്ടുവരാൻ ഒരു ശ്രമം നടന്നു. അയ്യപ്പപ്പണിക്കർ, കടമ്മനിട്ട രാമകൃഷ്ണൻ, സച്ചിദാനന്ദൻ, കളവങ്കോടം ബാലകൃഷ്ണൻ, കാവാലം വിശ്വനാഥക്കുറുപ്പ്, വിനയചന്ദ്രൻ, കുഞ്ഞുണ്ണി മാസ്റ്റർ, വയലാർ രാമവർമ്മ

തുടങ്ങി അനേകം കവികളോടൊപ്പം അന്ന് ആലപ്പുഴയിൽ താമസിച്ചിരുന്ന ഞാനും എന്നോടൊപ്പം നാടകത്തിൽ പ്രവർത്തിച്ചിരുന്ന സുഹൃത്തുക്കളും പതിവായി അതിൽ പങ്കെടുത്തുപോന്നു.

ഒരിക്കൽ ചേർത്തല ചന്തയിൽ വെച്ച് അങ്ങനെയൊരു വായന നടന്നതോർക്കുന്നു. അന്ന് വയലാർ ദിനമായിരുന്നു. കമ്മ്യൂണിസ്റ്റു പാർട്ടി രണ്ടായി മുറിഞ്ഞ കാലം. തലേന്ന് വലതുകാരുടെ പുന്നപ്ര വയലാർ ആഘോഷത്തിൽ പങ്കുകൊണ്ട ക്ഷീണവുമായി വയലാർ രാമവർമ്മയും കവിത വായിക്കാൻ വന്നിരുന്നു. അന്ന് ഇടതുകാരുടെ ജാഥ കവിയരങ്ങിനിടക്ക് അതിലേ കടന്നു പോയി. ജാഥ കടന്നു പോകുംവരെ ദീർഘസമയത്തേക്ക് ജാഥാക്കാരുടെ *സ്ലോഗൻ* തീരുംവരെ അരങ്ങു നിർത്തിവെച്ചു. പിന്നീടു കവിയരങ്ങു തുടർന്നു. അത്തരം സന്ദർഭങ്ങളിൽ ജനങ്ങൾ കവിത കേൾക്കാൻ കാണിച്ച കൗതുകം ഞങ്ങൾക്കും ഹരം പകരാൻ പോന്നവയായി. ഈ കവിയരങ്ങുകളിൽ വെച്ച് ക്രമേണ കവിതാവതരണം *ചൊൽക്കാഴ്ച*യായി മാറിക്കൊണ്ടിരുന്നു. നെടുമുടിവേണുവും കൂട്ടരും ചേർന്ന് ചിട്ടപ്പെടുത്തി അരങ്ങിൽ അവതരിപ്പിച്ച ഒരു കവിത വളരെ എളുപ്പം മാറ്റത്തിന്റെ കാറ്റായി മാറി.

വെറുമൊരു മോഷ്ടാവായോരെന്നെക്കള്ളനെന്നു വിളിച്ചില്ലേ.....

ഈ ആക്ഷേപഹാസ്യകവിതയെ തുടർന്ന് പണിക്കർ കാർട്ടൂൺ കവിതകൾ എന്ന പേരിൽ സമൂഹചേതനയെ സ്പർശിക്കുന്ന അനേകം കവിതകൾ രചിച്ചു. അവയിൽ പലതും കവിയരങ്ങുകളിൽ ചൊൽക്കാഴ്ച്ചയായി അവതരിപ്പിച്ചു. ഇടംകാലിലെ ചെളി വലംകാലുകൊണ്ടും വലംകാലിലെ ചെളി ഇടംകാലുകൊണ്ടും കഴുകുന്ന *ഇണ്ടനമ്മാവ*നെ ഭരത്ഗോപിയാണ് ആവിഷ്കരിച്ചത്. പണിക്കർ തന്നെ തലയിൽ കെട്ടും കെട്ടി മുതുവേലി പാപ്പച്ചന്റെ മകൾ പെറ്റ റോസിലിയ്ക്ക് *മുതുവൻകുളങ്ങരെ നിന്നൊരു മണവാളൻ* വന്നല്ലോ എന്ന കവിത നാടകീയമായി അവതരിപ്പിച്ചു. പല കവിതകളുടേയും ദൃശ്യാവിഷ്കാരശ്രമങ്ങൾ വ്യംഗ്യവ്യാഖ്യാന പദ്ധതിക്കു കൂടുതൽ ആക്കം നൽകി. രചിതപാഠ്യത്തിനു ധ്വനിപാഠം ചമയ്ക്കുക എന്ന *സോപാന നാടകസംഘം* ഏറ്റെടുത്ത ദൗത്യത്തിന്റെ അനുഭവ ചക്രവാളങ്ങൾ *നാട്യശാസ്ത്ര*ത്തിന്റെയും *തൊൽക്കാപ്പിയ*ത്തിന്റേയും സൈദ്ധാന്തിക നിർദ്ദേശങ്ങളുടെ പ്രായോഗികതയിൽ വളർത്താൻ ഈ പരിശ്രമങ്ങൾ ഉത്തേജകമായി.

കൂട്ടായ പ്രവർത്തനത്തിലൂടെ ദൃശ്യ-ശ്രവ്യ പ്രയോഗമായി നാടകവേദിയും ഈ ഭൂമികയിൽ ബലം വെക്കുകയായിരുന്നു. *കേരളകവിത*യുടെ പ്രസാധനഘട്ടവുമായി ബന്ധപ്പെട്ടും അല്ലാതെയും നടന്നിരുന്ന ചൊൽക്കാഴ്ച്ചകളിൽ കൂടുതൽ കലാരസികരെ ഉൾക്കൊള്ളിച്ചു കൊണ്ട് കലയുടെ സാകല്യഭാവത്തിലുള്ള കൂട്ടായ്മയ്ക്കാണ് ഈ പ്രവർത്തനം വഴിതെളിച്ചത്. ചലച്ചിത്ര സംവിധായകർ, ചിത്രകാരന്മാർ, ശില്പികൾ, നാടകപ്രവർത്തകർ, അഭിനേതാക്കൾ കഥാകാരന്മാർ തുടങ്ങി കലയുടെ നാനാശാഖകളിൽ പ്രവർത്തിച്ചിരുന്ന സുമനസ്സുകളെ കവിതയുടെ രംഗത്തേക്കു കൊണ്ടുവരാൻ ഈ പ്രവർത്തനത്തിനു കഴിഞ്ഞു. *കേരളകവിത*യുടെ ലക്കങ്ങളിൽ പ്രസിദ്ധീകരിച്ച എന്റെയും ജി.ശങ്കരപ്പിള്ളയുടെയും ശ്രീകണ്ഠൻ നായരുടെയും നാടകങ്ങൾ കവിതയോടൊപ്പം കാവ്യങ്ങളായിത്തന്നെ പരിഗണിക്കപ്പെട്ടു. ചിലവയ്ക്ക് *കാവ്യനാടകം* എന്നും *നാടകീയ കാവ്യ*മെന്നും പേർ കൊടുത്തു. കവിത ജനങ്ങളെ ഉറക്കെ ചൊല്ലി കേൾപ്പിക്കുന്ന പതിവിനെ പ്രായം ചെന്ന ചില പ്രമുഖരായ കവികൾ ആ കാലത്ത് എതിർത്തിരുന്നു. ഇത് കഴിഞ്ഞ നൂറ്റാണ്ടിന്റെ അറുപതുകളിലാണ്. കവിത ആസ്വാദകന്റെ തനിച്ചുള്ള അനുഭവമാക്കേണ്ടതാണെന്നായിരുന്നു അവരുടെ വാദം. കവി തന്റെ കവിത സ്വയമേവ പാരായണം ചെയ്യുമ്പോൾ പോലും വികാരശൂന്യമായി വാക്കുകളുരുവിടുന്ന രീതി അവലംബിച്ചിരുന്നതായി നമുക്കോർമ്മിക്കാൻ കഴിയും. സംസ്കൃതത്തിൽ *കാകു* എന്നു വ്യവഹരിക്കുന്ന ഉച്ചാരണത്തിലുള്ള വായുസ്തോഭവും പ്രയോഗദൃഢതയും മലയാളി മനഃപൂർവ്വം ശ്രദ്ധയോടെ ഉറപ്പിക്കേണ്ടതല്ലേ? അതിനു ചെറുപ്പം മുതലേ ഉറക്കെയുള്ള ഗ്രന്ഥപാരായണം പതിവാക്കേണ്ടതാണ്. വീടുകളിൽ പണ്ടുമുതൽക്ക് പുരാണഗ്രന്ഥങ്ങൾ ഉറക്കെ വായിക്കുന്ന ഏർപ്പാട് നമുക്ക് അന്യമല്ല. പ്രത്യേകിച്ചു കർക്കിടകമാസത്തിലെ *രാമായണപാരായണം* ഇന്നും നമ്മുടെ നാട്ടിൽ നടന്നു വരുന്നുണ്ട്. ഇത് ഒരു പാഠ്യക്രമം എന്ന നിലയിൽ നാം സ്വീകരിക്കുക എന്നത് ഭാഷാ സേവനകാര്യമായിക്കൂടി കരുതേണ്ടതാണ്. കവിയരങ്ങു വഴി കാവ്യപാരായണത്തെ രസനിഷ്പത്തിയുടെ സന്ദേശവാഹിയാക്കി മാറ്റിയതിന്റെ മാറ്റ് *കേരള കവിതാ* പ്രവർത്തനത്തിന്റേതാണ്; അതിനു നേതൃത്വം നൽകിയ പണിക്കരുടേതും.

സോപാനം നാടകസംഘടനയുടെ ആഭിമുഖ്യത്തിൽ 1987, 1988, 1994, 2000 എന്നീ വർഷങ്ങളിൽ *ഭാസനാടകോത്സവം* എന്ന പേരിൽ നടത്താൻ കഴിഞ്ഞ നാല് അന്തർദേശീയ നാടകോത്സവങ്ങൾ നാടകാസ്വാദകരിൽ പുതിയ നാടകബോധം

സൃഷ്ടിക്കാൻ പര്യാപ്തമായി. അതിൽ ആദ്യത്തെ സമാരോഹം മഹാകവി ഭാസന്റെ കൃതികൾ ഗണപതിശാസ്ത്രികൾ കണ്ടെത്തിയതിന്റെ എഴുപത്തിയഞ്ചാം വർഷം ആഘോഷിക്കുന്നതിനായി തിരുവനന്തപുരത്തു1987ൽ സംഘടിപ്പിച്ചതാണ്. ഭാസന്റെ നാടകങ്ങൾ വീണ്ടും കണ്ടെടുക്കാൻ കഴിഞ്ഞത് ലോകനാടകവേദിയുടെ ശ്രദ്ധയെ ആകർഷിച്ചു. അത് 1912 ലായിരുന്നു. അതിനുശേഷം ലോകമെങ്ങുമുള്ള നാടകചിന്തകരും പ്രവർത്തകരും ഭാസനെ ശ്രദ്ധിച്ചു. ഭാരതീയ നാടകത്തെ കൂടുതൽ കാവ്യാത്മകമായി കണ്ടിരുന്ന പാശ്ചാത്യർക്ക് ഭാസനാടകങ്ങളിലെ ദൃശ്യകാവ്യപരതയെ തിരിച്ചറിയാൻ കഴിഞ്ഞു. പ്രത്യേകിച്ചും കാളിദാസ ശൈലിയിൽ നിന്നും വ്യതിരിക്തമായ മറ്റൊരു ഭാരതീയ ദൃശ്യസംസ്കാരത്തിന്റെ ഉറവിടമാണ് ഭാസനാടകചക്രത്തിലൂടെ പ്രസരിച്ചത്. ഇന്ത്യൻനാടകവേദിയിലും ഭാസപ്രശ്നം പ്രത്യേകമായ ഉണർവ്വാണുണ്ടാക്കിയത്. ബ്രിട്ടീഷ് അധിനിവേശത്തിലൂടെ കൈവന്ന നാടകബോധത്തിൽ തിരുത്തലുകൾ ആവശ്യമാണെന്നും, ഇന്ത്യൻ നാടകപാരമ്പര്യത്തിന് തനതായ വ്യക്തിത്വവും അതുല്യതയും അവകാശപ്പെടാൻ കഴിവുണ്ടെന്നും നമ്മുടെ നാടകപ്രവർത്തകരെ ബോധ്യപ്പെടുത്താനും ഭാസനാടകങ്ങൾക്കു കഴിഞ്ഞു. ഈ സാഹചര്യം കണക്കിലെടുത്തു കൊണ്ട് അയ്യപ്പപ്പണിക്കരുടെ നേതൃത്വത്തിൽ വിപുലമായ സെമിനാറുകളാണ് അന്നു തിരുവനന്തപുരത്ത് *കനകക്കുന്നി*ൽ സംഘടിപ്പിച്ചത്. ഭാസനാടകങ്ങളുടെ സംസ്കൃതത്തിലുള്ള *സോപാന*ത്തിന്റെ അവതരണങ്ങൾക്കു പുറമെ പോളണ്ടിൽ നിന്നുള്ള നാടകസംഘത്തിന്റെ പോളിഷ് ഭാഷയിലുള്ള *സ്വപ്നവാസവദത്ത*ത്തിന്റെ ആവിഷ്കാരവും ഉണ്ടായിരുന്നു. കൂടിയാട്ടത്തെപ്പറ്റി ആഴത്തിലുള്ള പഠനം നടത്തിയ നാടകപണ്ഡിതനും പ്രയോക്താവുമായ ക്രിസ്റ്റോഫർ ബിർസ്കിയാണ് *സ്വപ്നവാസവദത്ത*ത്തിന്റെ പോളിഷ് മൊഴിമാറ്റം നടത്തിയത്. നാടകം അവതരിപ്പിച്ചത് പോസ്നാനിലുള്ള *തിയ്യേറ്റർ പോൾസ്കി* എന്ന സംഘമാണ്. നാടകസംവിധായകൻ Mrowsnski ആയിരുന്നു. അദ്ദേഹം പാശ്ചാത്യ-പൗരസ്ത്യ സംസ്കൃതികളെ ഇണക്കാനാണ് ഈ അവതരണത്തിൽ ശ്രമിച്ചത്.

ഭാസകവിയുടെ *മദ്ധ്യമവ്യായോഗ*വും *കർണ്ണഭാര*വുമാണ് *സോപാന*ത്തിലൂടെ ഞങ്ങൾ അവതരിപ്പിച്ചത്. ഇന്ത്യയിലും ഇന്ത്യയ്ക്കു വെളിയിലുമുള്ള ഭാസവിഷയത്തിൽ പ്രാമാണികരായ പല പണ്ഡിതന്മാരെയും സെമിനാറുകളിൽ പങ്കെടുപ്പിക്കാൻ കഴിഞ്ഞു. ഭാസനാടകങ്ങളിലെ പാഠ്യവും അവയുടെ രംഗശീലങ്ങളും ആവിഷ്കാരത്തിൽ ആധുനികനാടകവേദി

നേരിടുന്ന വെല്ലുവിളികളുമാണ് ഇവിടെ ചർച്ച ചെയ്യപ്പെട്ടത്. പ്രൊഫസർ ഫാർലിറിച്ച് മണ്ട്, ഡോക്ടർ കെ.ഡി.ത്രിപാഠി, ശ്രീ. ഡി. അപ്പുക്കുട്ടൻ നായർ, ഡോക്ടർ ജാനകി, പ്രൊ.കെ. സുബ്രമണ്യം, പ്രൊ.എൻ.പി.ഉണ്ണി, ശ്രീ.വിദ്യാനിവാസ് മിശ്ര, പ്രൊ. തർലേക്കർ, ഡോക്ടർ ലിൻ ബൻസാറ്റ് ബൗഡൻ (പാരീസ്), പ്രൊ.ഗാരത്ത് ഗ്രീഫിത്ത്സ്, സുരേഷ് അവസ്തി, ശിവരാം കാറന്ത് തുടങ്ങി ഈ വിഷയത്തിൽ ആധികാരികമായ പഠനങ്ങൾ നടത്തിയ പണ്ഡിതൻമാരെ ചർച്ചകളിൽ അണിനിരത്താൻ *സോപാന*ത്തിനു കഴിഞ്ഞത് അയ്യപ്പപ്പണിക്കരുടെ സംഘാടനത്തിലുള്ള മിടുക്കും ഭാസവിഷയത്തിൽ അദ്ദേഹത്തിന്റെ അറിവും, താല്പര്യവും കൊണ്ടാണെന്ന് ഈ ഘട്ടത്തിൽ എടുത്തു പറയേണ്ടതുണ്ട്. ഈ വിപുലമായ ചർച്ചകൾ അടങ്ങുന്ന *ഭാസസോപാനം* എന്ന ഗ്രന്ഥം അന്ന് അച്ചടിച്ചു പ്രസിദ്ധം ചെയ്തിരുന്നുവെങ്കിലും ഇന്നത് കിട്ടാനില്ല. അതിന്റെ പുനഃപ്രസിദ്ധീകരണം ഭാസമഹാകവിയെ കൂടുതൽ അറിയാനും അയ്യപ്പപ്പണിക്കരെ അനുസ്മരിക്കാനും അവശ്യമാണെന്നുകൂടി പറഞ്ഞുവെക്കട്ടെ.

പണിക്കരെപ്പറ്റി വിചാരിക്കുമ്പോഴൊക്കെ ജീവിതത്തെ സദാ ചിരിച്ചുകൊണ്ടു കാണാൻ കഴിഞ്ഞ അദ്ദേഹത്തിന്റെ മുഖം എന്റെ ഉള്ളിൽ തെളിയാറുണ്ട്. അകമേ നിറയെ വ്യക്തിപരവും സാമൂഹ്യവുമായ ദുഃഖങ്ങൾ ഉരുണ്ടുകൂടുമ്പോഴും ഇടപഴകുന്നവർക്ക് ചിന്തിക്കാനും ആഹ്ലാദിക്കാനും പ്രേരണനൽകുന്ന അനിച്ചയാണ് ആ പ്രകൃതത്തിൽ തുടിച്ചു നിന്നിരുന്നത്. സ്വന്തം ആഗ്രഹങ്ങളൊന്നും ആരോടും പ്രകടിപ്പിക്കാത്ത പണിക്കർ തന്നെ ബാധിച്ച രോഗം തിരിച്ചറിഞ്ഞിട്ടും അവസാനനാളുകളിൽ പോലും ഈ സ്വഭാവം നിലനിർത്തി. മരണത്തെ വരവേൽക്കാൻ തയ്യാറായപ്പോൾ അദ്ദേഹം ബന്ധുക്കളോടു പറഞ്ഞതിങ്ങനെയാണ്:

വി.ജെടി.ഹാളിൽ ശരീരം പ്രദർശിപ്പിക്കരുത്, അന്ത്യകർമ്മത്തിൽ ആചാരവെടിവെക്കരുത്. ഭൗതികശരീരം താൻ കാവാലത്ത് പ്രത്യേകമായി സഹോദരിയിൽ നിന്നു വിലയ്ക്കു വാങ്ങിയ തുണ്ടു പുരയിടത്തിൽ ദഹിപ്പിക്കണം.

ഇതേ പുരയിടത്തിലാണു പണിക്കർ കുട്ടിക്കാലത്തു നാടകവേഷം കെട്ടി കുടുംബാംഗങ്ങൾക്കൊപ്പം നാടകം കളിച്ചിരുന്നത്. സ്വന്തം മണ്ണിനോട് അദ്ദേഹം പുലർത്തിയിരുന്ന നാഭീനാളബന്ധം അദ്ദേഹത്തിൽ ചെലുത്തിയ ജീവിതവീക്ഷണം ഇങ്ങനെ സ്വയം സംഗ്രഹിച്ചിരിക്കുന്നു:

എത്രയഗാധതലങ്ങളിൽ നിന്നു
വരുന്നു നമ്മുടെ പുഞ്ചിരിപോലും

ജീവിതത്തിൽ താങ്ങാനാവാത്ത ദുഃഖങ്ങളുടെ തീച്ചൂളയിലായിരുന്നപ്പോഴും കുളിർമഴയിലെന്നപോലെ തന്റെ കർമ്മരംഗത്തെ വർണ്ണോജ്ജ്വലമാക്കാൻ അദ്ദേഹത്തിനുണ്ടായിരുന്ന ലഘുചിത്തത അഭിനന്ദനീയമായിരുന്നു.

അയ്യപ്പപ്പണിക്കരുടെ ബഹുമുഖമായ പ്രവർത്തനങ്ങളിൽ അടങ്ങുന്ന അനന്യതയെപ്പറ്റി എം.കെ.സാനു നിർവ്വഹിക്കുന്ന പഠനം സമഗ്രമാണെന്ന പോലെ തന്നെ, അതിന്റെ ചൈതന്യത്തെ നമ്മിലേക്കു വാചംയമിത്വത്തിലൂടെ ശക്തമായി പകരാൻ പോന്നതുമാണ്. പണിക്കരുടെ രചനാ പദ്ധതിയിൽ പൊതുവെയും കവിതയിൽ പ്രത്യേകിച്ചും തെളിഞ്ഞു കാണുന്ന ആശയങ്ങളുടെ ആറ്റിക്കുറുക്കലും കണക്കിലെടുത്തു കൊണ്ടായിരിക്കണം അദ്ദേഹത്തെപ്പറ്റിയുള്ള ഈ രേഖാചിത്രത്തിന്റെ രൂപഭാവങ്ങളും തുമുലമായി ഭവിച്ചിരിക്കുന്നത്. വീക്ഷണങ്ങളിലാകട്ടെ ഈ പ്രബന്ധം ഏകാഗ്രദീപ്തവുമാണ്. പണിക്കരുടെ കർമ്മകാണ്ഡങ്ങളോടുള്ള വൈവിധ്യത്തോടൊപ്പം അവയിൽ അടങ്ങുന്ന സാമൂഹ്യപ്രതിബദ്ധതയും, ആധുനിക സ്പന്ദനങ്ങളും ഉള്ളുരകളും, മൂല്യനിർദ്ധാരണവും എല്ലാം കണ്ടറിയാൻ സാനു ശ്രദ്ധ ചെലുത്തിയിട്ടുണ്ട്.

സമഗ്രതയിൽ കാണുമ്പോൾ ഒരു മഹാവനംപോലെ ഗഹന മനോഹരമായ അയ്യപ്പപ്പണിക്കരുടെ കവിതാലോകത്തെ നിരീക്ഷിക്കുന്ന സാനുവിന്റെ രചനയിലെ സമാപനഘട്ടം ശ്രദ്ധിക്കാം.

മലയാളിയുടെ ഭാവുകത്വത്തിൽ പരിവർത്തനം വരുത്തുന്ന ക്ലാസിക്കൽ സ്വഭാവത്തിലുള്ള കാവ്യരചനയിലൂടെ സഹൃദയലോകത്തിനു രസാനുഭൂതി പകരാൻ കഴിഞ്ഞ പണിക്കരുടെ വൈവിദ്ധ്യപൂർണ്ണമായ കർമ്മകാണ്ഡങ്ങളെ ഗ്രന്ഥകാരൻ സൂക്ഷ്മമായി വിശകലനം ചെയ്തിരിക്കുന്നു. സാനുവിന്റെ നിരീക്ഷണം ഉദ്ധരിച്ചുകൊണ്ട് ഈ ചിന്തയ്ക്കു വിരാമം കുറിക്കട്ടെ:

തന്റെ പ്രതിഭയിൽ ജ്വലിച്ചുയർന്ന നക്ഷത്രവീര്യത്തിനാണ് അയ്യപ്പപ്പണിക്കർ ഏതോ അതീതശക്തിയാലാവിഷ്ടനായി, സ്വയം ഉരുത്തിരിഞ്ഞു വരുന്ന രൂപശില്പനിർമ്മിതിയിലൂടെ, സ്വകവിതകളിൽ ആവിഷ്കരണം നൽകിയിട്ടുള്ളത്. സൃഷ്ടിയുടെ അനുശാസനത്തിനു വിധേയനാകാതെ അദ്ദേഹത്തിനു ജീവിക്കാൻ കഴിയുമായിരുന്നില്ല!

■

സ്നേഹാദരങ്ങളുടെ സങ്കീർത്തനം

ജോൺ പോൾ

എം.കെ. സാനുവിനെപ്പോലെ ലബ്ധപ്രതിഷ്ഠനായ ഒരെഴുത്തുകാരന്റെ ഒരു ഗ്രന്ഥത്തിൽ ഇങ്ങനെയൊരു പിന്നുരയെന്തിന് എന്ന ചോദ്യം പ്രസക്തമാണ്. കുറെക്കാലം മുൻപെഴുതിയ ഒരു അയ്യപ്പപ്പണിക്കർ പഠനത്തിന് ആമുഖമെന്നോണം എഴുതിയ ഒരു കുറിപ്പാണ് ഈ രൂപത്തിലിപ്പോൾ പുസ്തകമായി വരുന്നത്. എം.കെ. സാനു ഫൗണ്ടേഷന്റെ പ്രവർത്തനങ്ങൾക്കിടയിൽ ഒരു ദിവസം സാനുമാസ്റ്റർ എം. തോമസ് മാത്യുവിനെയും എന്നെയും വിളിപ്പിച്ച് ഈ കുറിപ്പും ഇത് ആമുഖമായുള്ള അയ്യപ്പപ്പണിക്കർ പഠനവും തന്നേൽപ്പിച്ചു. സാനുമാസ്റ്ററുടെ ഗ്രന്ഥങ്ങൾക്കു പ്രസാധകർക്കിടയിൽ എന്നും പ്രിയമുള്ളതുകൊണ്ട് ആ നിലയ്ക്കുള്ള ഒരിടപെടൽ അദ്ദേഹം പ്രതീക്ഷിച്ചിരുന്നിരിക്കില്ല. പ്രഖ്യാപിത ശിഷ്യനായ എം. തോമസ് മാത്യുവിനോടും വിദൂരശിഷ്യനായ എന്നോടും തോന്നിയ വാത്സല്യം മാത്രമേ ഇതിനു പ്രേരകന്യായമായി തോന്നുന്നുള്ളൂ.

മാനുസ്ക്രിപ്റ്റ് തന്നശേഷം മാസ്റ്റർ പറഞ്ഞു:

വളരെ മുൻപെഴുതി വച്ചിരുന്നതാണ്. ഇപ്പോൾ വായിക്കുമ്പോൾ എങ്ങനെയുണ്ടാകുമെന്നറിയില്ല. കുഴപ്പം തോന്നുന്നില്ലെങ്കിൽ പബ്ലിഷ് ചെയ്തോളൂ... അയ്യപ്പപ്പണിക്കരുടെ സമഗ്രമായ ഒരു ജീവചരിത്രം എഴുതണമെന്നുണ്ടായിരുന്നു. അക്കൂട്ടത്തിൽ മതി ഇതുമെന്നു കരുതി, ഇത്രയും വൈകി. ജീവചരിത്രം എഴുതണമെന്നു ഇപ്പോഴുമാഗ്രഹമുണ്ട്. എപ്പോൾ എന്നേ അറിയാതുള്ളൂ... അതുകൊണ്ട് ഇതിനി കൂടുതൽ വൈകിയ്ക്കണ്ട.

എം. തോമസ് മാത്യുവും ഞാനും മാനുസ്ക്രിപ്റ്റ് വാങ്ങി മറിച്ചു നോക്കി. പഠനത്തിന് ആമുഖമെന്ന നിലയിൽ ഈ കുറിപ്പിനു ദൈർഘ്യം കുറച്ചു കൂടുതലാണ്. വ്യക്തിപരമായ

ചില ഓർമ്മകൾ കൂടി ഉള്ളതുകൊണ്ട് ഒരു തൂലികാചിത്രത്തിന്റെ പ്രകൃതത്തിൽ ചെറുപുസ്തകമായി പ്രസിദ്ധപ്പെടുത്തുകയാണെങ്കിൽ ഇതൊരു ഹൃദ്യമായ വായനാനുഭവമായിരിക്കും എന്നു തോന്നി. എന്റെ നിർദ്ദേശത്തോടു തോമസ് മാത്യുവും യോജിച്ചു.

അതെയോ! എങ്കിൽ അങ്ങനെ ആലോചിച്ചുകൊള്ളൂ.

മാസ്റ്ററും അനുമതി നൽകി.

പഠനഗ്രന്ഥത്തിന്റെ സൂക്ഷ്മ പരിശോധന തോമസ് മാത്യുവിനെ ഭരമേല്പിച്ചു; ഈ ചെറുഗ്രന്ഥത്തിന്റെ ചുമതല എന്നെയും.

പൊതുവായി നിർദ്ദേശിച്ചിരുന്ന പേരാണ് *അയ്യപ്പപ്പണിക്കർ: നവഭാവുകത്വത്തിന്റെ ഉപജ്ഞാതാവ്* എന്നത്. പഠനഗ്രന്ഥത്തിനു മറ്റൊരു പേരാകാമെന്ന് തോമസ് മാത്യുവിനു തോന്നി. പല പേരുകളും ചർച്ച ചെയ്തു.

'കലാപത്തിന്റെ സുവിശേഷം' എന്നായാലോ?

ആ നിർദ്ദേശം സാനുമാസ്റ്റർക്കും ഇഷ്ടമായി.

അതു കൊള്ളാം; നന്നായി.

നവഭാവുകത്വത്തിന്റെ ഉപജ്ഞാതാവ് എന്ന ശീർഷകത്തിൽ ഒരു പഠനത്തിന്റെ സൂചന ഉള്ളതുകൊണ്ട് ആ പേരും മാറ്റാമെന്നായി. *അയ്യപ്പപ്പണിക്കരും അയ്യപ്പപ്പണിക്കരും* എന്നത് ഒരു വർക്കിംഗ് ടൈറ്റിലായി ഉപയോഗിച്ചതാണ്. പിന്നെ അതു തരക്കേടില്ലല്ലോ എന്നു തോന്നി. പ്രത്യേകിച്ചും, അയ്യപ്പപണിക്കരുടെ വ്യക്തിപരവും സാഹിതീപരവും സാംസ്ക്കാരികതലത്തിലുമുള്ള വൈവിധ്യമാർന്ന പ്രകൃത ചായ്വുകളെക്കുറിച്ചുള്ള പരാമർശങ്ങളിലൂടെയാണ് ഈ കുറിപ്പുകളിലെ സഹയാത്ര എന്നുള്ളതുകൊണ്ട് അതുമതിയെന്നുറപ്പിക്കുകയായിരുന്നു.

എം. തോമസ് മാത്യു സാനുമാസ്റ്ററുടെ പ്രഖ്യാപിത ശിഷ്യനും ഞാൻ വിദൂര ശിഷ്യനുമാണെന്ന് മുൻപേ പറഞ്ഞത് അക്ഷരാർത്ഥത്തിൽ തന്നെയാണ്. എം.എ. ക്ലാസ്സിൽ നിന്നാരംഭിച്ച ഗുരുശിഷ്യബന്ധം തോമസ് മാത്യുവും സാനുമാസ്റ്ററും ഇന്നും അഭംഗുരം അന്യോന്യം സജീവമായി തുടരുന്നു. പതിവായി ദിനവുമെന്നോണം അവർ തമ്മിൽ കാണുകയും സമാനമായ ചിന്താധാരകളിൽ ഒരുമിച്ചു പ്രവർത്തിക്കുകയും ചെയ്യുന്നു. ജീവിതത്തിന്റെ എല്ലാ ഘട്ടങ്ങളിലും തോമസ് മാത്യു സാനുമാസ്റ്ററുടെ നിർദ്ദേശവും ഉപദേശവും സഹായവും തേടിപ്പോരുന്നു.

വിവാഹമുറപ്പിച്ചപ്പോൾ ആ വിവരം പറയുവാൻ വീട്ടിൽ ചെന്ന തോമസ് മാത്യുവിനോട് സാനുമാസ്റ്ററുടെ ഭാര്യ രത്നമ്മ സ്വകാര്യത്തിൽ, *മാഷിനെപ്പോലെയാവരുത്; കുടുംബം നോക്കണം* എന്നുപദേശിച്ച കഥ സാനുമാസ്റ്റർതന്നെ ആസ്വദിച്ചുകൊണ്ടു പറഞ്ഞുകേട്ടിട്ടുണ്ട്.

വിദ്യാർത്ഥി എന്ന നിലയിൽ ക്ലാസ്സുമുറിയിൽ വന്നിരിക്കും മുൻപേ സാനുമാസ്റ്ററെ എനിക്കറിയാം. എന്റെ പിതാവ് മഹാരാജാസ് കോളേജിലെ ഫിസിക്കൽ ഡയറക്ടറും സാനുമാസ്റ്റർ അവിടെ ലക്ച്ചററുമായിരുന്നു. അന്നേ അറിയപ്പെടുന്ന എഴുത്തുകാരനും വാഗ്മിയുമായിരുന്ന സാനുമാസ്റ്ററാണ് എന്റെ പിതാവ് അക്കാലത്തെഴുതിയ ചില കൃതികളുടെയും വിവർത്തനങ്ങളുടെയും ഭാഷാപരിശോധന നടത്തിയിരുന്നത്. ജേഷ്ഠസഹോദരന്മാരുടെ കല്യാണങ്ങൾക്കു വീട്ടിൽ വന്നിട്ടുമുണ്ട് മാസ്റ്റർ. സഹപ്രവർത്തകന്റെ മകനോടുള്ള വാത്സല്യം എന്നും എന്നോടു കാണിച്ചുപോന്നിട്ടുണ്ട്. പ്രീഡിഗ്രിയ്ക്കു രണ്ടു വർഷവും ബി.എ. ആദ്യ രണ്ടു വർഷവും മാത്രമാണ് മാസ്റ്ററുടെ ക്ലാസ്സിൽ ഞാൻ വിദ്യാർത്ഥിയായി ഇരുന്നിട്ടുള്ളത്. പാഠ്യവിഷയങ്ങൾക്കൊപ്പം തന്നെ ജീവിതത്തിലെ ഇതര പാഠവ്യാപനങ്ങളിലേക്കു കൂടി മനസ്സിനെ അയത്നലളിതമായി തെളിച്ചെടുക്കുന്ന സാനുമാസ്റ്ററുടെ പ്രശസ്തമായ അദ്ധ്യാപനശൈലിക്കു എന്റെ പ്രശംസ ആവശ്യമില്ലല്ലോ. ക്ലാസ്സുമുറികളിൽ നിന്നെന്നതിനേക്കാൾ എത്രയോ ഏറെയാണ് പ്രഭാഷണവേദികളിൽ നിന്നുള്ള അദ്ദേഹത്തിന്റെ തികച്ചും അനൗപചാരികമായുള്ള പകർന്നുപകുത്തുപങ്കിടലുകളിൽ നിന്നും ലഭിച്ചിട്ടുള്ളതെന്നും ഞാനറിയുന്നു. കോളേജ് വിദ്യാഭ്യാസം കഴിഞ്ഞുള്ള നാളുകളിൽ ബാങ്ക് ജീവനക്കാരനായിരുന്നപ്പോഴും പിന്നീട് സിനിമയുടെ തട്ടകത്തിലേക്കു ചേക്കേറിയപ്പോഴും ഇപ്പോഴും, എല്ലാമതെ, അലിവോടെയും വാത്സല്യത്തോടെയും മാത്രമാണ് മാസ്റ്റർ പെരുമാറിപ്പോരുന്നത്. സി.ആർ. കേശവൻ വൈദ്യരുടെ നേതൃത്വത്തിൽ ജോസഫ് മുണ്ടശ്ശേരി മാസ്റ്റർ *വിവേകോദയം* മാസിക പുനരാരംഭിച്ചപ്പോൾ സാനുമാസ്റ്റർ അതിലൊരു സജീവ പങ്കാളിയായിരുന്നു. മാസ്റ്റർ മുൻകൈയ്യെടുത്താണ് എന്നെ *വിവേകോദയ*ത്തിൽ സിനിമയെക്കുറിച്ചു പതിവായി എഴുതുവാൻ നിയോഗിച്ചത്. എഴുത്തിന്റെ വഴിയിൽ എനിക്ക് ആദ്യമായി പ്രതിഫലം ലഭിക്കുന്നതും *വിവേകോദയ*ത്തിൽ നിന്നാണ്.

എന്റെ രണ്ടു പുസ്തകങ്ങൾ സാനു മാസ്റ്ററാണു പ്രകാശനം ചെയ്തത്. പി.ജെ. ആന്റണിയെക്കുറിച്ചും ഗോപിയെക്കുറിച്ചുമുള്ള ഓരോ പുസ്തകങ്ങൾ. പുസ്തകത്തെ വസ്തുനിഷ്ഠമായി വിലയിരുത്തിക്കൊണ്ടുതന്നെ മാസ്റ്റർ എന്നിൽ വാത്സല്യത്തിന്റെ അമൃതവർഷം ചൊരിഞ്ഞു.

എപ്പോഴും ഒരകലം സൂക്ഷിച്ചേ ഞാൻ സാനുമാസ്റ്ററുമായി ഇടപഴകിയിട്ടുള്ളൂ. അതിനപ്പുറമുള്ള സ്വാതന്ത്ര്യം മാസ്റ്റർ അനുവദിച്ചു തന്നിട്ടുണ്ട്; എങ്കിലും.

ആഴത്തിൽ ചികഞ്ഞുനോക്കുമ്പോൾ സാനുമാസ്റ്ററോടു തോന്നിയിട്ടുള്ള ആദരം ഈയൊരു വ്യക്തിയോടു മാത്രമായിട്ടുള്ളതല്ല എന്നു ഞാനറിയുന്നു. എല്ലാ ഗുരുകാരണവന്മാരോടുമുള്ള ആദരം അർപ്പിക്കുവാനായി പ്രതീകാത്മകമായി മുന്നിൽ പ്രതിഷ്ഠിതമായി ഭവിച്ച ഗുരുസാന്നിദ്ധ്യമായിരിക്കുന്നു സാനുമാസ്റ്റർ എനിക്ക്.

അയ്യപ്പപ്പണിക്കരെക്കുറിച്ച് എപ്പോഴും ഞാനോർക്കുന്ന ഒരു കാര്യമുണ്ട്. ഞാനെഴുതിയ ഒരു കുറിപ്പ് പോഞ്ഞിക്കര റാഫി മുൻകൈയ്യെടുത്ത് സമസ്ത കേരള സാഹിത്യ പരിഷത്തിന്റെ പ്രസിദ്ധീകരണമായ *പരിഷദ് മാസിക*യിൽ പ്രസിദ്ധപ്പെടുത്തി. ആ ലക്കം അച്ചടിച്ചിറങ്ങിയപ്പോൾ എനിക്കുണ്ടായ ആഹ്ലാദത്തിന്റെ ആരവം ഇപ്പോഴുമുണ്ട് അലയൊടുങ്ങാതെ മനസ്സിൽ. സാഹിത്യ സംബന്ധിയായി ഞാനെഴുതുന്ന ഒരു ലേഖനം ആദ്യമായി പ്രസിദ്ധപ്പെടുത്തപ്പെടുകയായിരുന്നു. *പരിഷദ്* മാസികയിൽ അതച്ചടിച്ചു വന്നതാകട്ടെ സി.ജെ. തോമസിന്റെ *ക്രൈം* നാടകത്തെക്കുറിച്ചു അയ്യപ്പപ്പണിക്കർ എഴുതിയ പ്രൗഢമായ ഒരു പഠനത്തോടു തൊട്ടുചേർന്നും. കാലത്തിനു മുൻപേ ചരിച്ച പ്രതിഭാസാന്നിദ്ധ്യമായിരുന്ന സി.ജെ.യെക്കുറിച്ച് അതേ വിശേഷണമർഹിക്കുന്ന അയ്യപ്പപ്പണിക്കർ എഴുതിയ പഠന നിരീക്ഷണം ആരാധനയോടെയാണു വായിച്ചത്. ആരാധന ആദരവായി ഇന്നും മനസ്സിൽ തുടരുന്നു.

അയ്യപ്പപ്പണിക്കരെ നേരിൽ കാണുന്നതും പരിചയപ്പെട്ടതും നടൻ ഗോപിയോടും സംവിധായകൻ പവിത്രനോടുമൊപ്പം കാവാലത്തിന്റെ *ഒറ്റയാൻ* നാടകത്തിന്റെ റിഹേഴ്സൽ ക്യാമ്പിൽ ചെന്നപ്പോഴാണ്. നൂറുൽ ഹസ്സനോടൊപ്പം കൈയ്യിലൊരു കുടയും ഒരു ചെറിയ ബാഗുമായി മെല്ലെ മെല്ലെ കുണുങ്ങി നടന്നുവന്ന അയ്യപ്പപ്പണിക്കരുടെ ചിത്രം ഓർക്കുന്നു. കാവാലത്തിന്റെ ട്രൂപ്പിലെ കടുംചായയും ചെറുപഴവുമടങ്ങുന്ന സൽക്കാരത്തിൽ പങ്കെടുത്തുകൊണ്ടു നർമ്മോക്തികൾ പറഞ്ഞിരുന്ന പണിക്കരോടു പവിത്രൻ ജിജ്ഞാസയടക്കാനാവാതെ തലേന്നു പ്രദർശനത്തിനെത്തിയ തന്റെ *ഉപ്പ്* എന്ന ചലച്ചിത്രം കണ്ടോ എന്നാരാഞ്ഞതും *കണ്ടു; കണ്ടു; കണ്ടിട്ടു നേരെ വരുന്ന വഴിയാണ്* എന്ന് അയ്യപ്പപ്പണിക്കർ പറഞ്ഞതും പവിത്രന്റെ മുഖം പൂർണ്ണേന്ദു പോലെ നിറഞ്ഞു തുളുമ്പി. *എന്താണഭിപ്രായം, എങ്ങനെ തോന്നി* എന്ന നാവിൽനിന്നും ഉതിരാത്ത ചോദ്യം

പവിത്രന്റെ മുഖത്തുനിന്നും വായിച്ചെടുത്ത അയ്യപ്പപ്പണിക്കർ അലിവാർന്ന ഒരു ചിരിയോടെ പറഞ്ഞു:

ഉപ്പല്ലേ... വേണ്ടതു തന്നെ. കുറഞ്ഞാലും പറ്റില്ല. ഇല്ലാതേം പറ്റില്ല. ആ കുറ്റം പറയാനില്ല. ഉണ്ട്. ലേശം കൂടിയോന്നൊരു സംശയം. അത്രയേയുള്ളൂ.

ആഹ്ലാദമടക്കാനാവാതെ പവിത്രൻ അന്നു രാത്രി രണ്ട് ലാർജ്ജ് രബീന്ദ്രസംഗീതം കൂടുതൽ പാടി!

സാനുമാസ്റ്റർ തന്റെ മോഹിപ്പിക്കുന്ന വടിവൊത്ത അക്ഷരങ്ങളിൽ പിശുക്കന്റെ ലുബ്ധോടെ ഒരിത്തിരി മാത്രം മാർജിൻ ഒഴിച്ചിട്ട് താളുകൾ നിറയെ ഒരുവരി പോലും വളയാതെ, കുറുകാതെ കൃത്യതയിൽ എഴുതിത്തികച്ച കൈയ്യെഴുത്തുപ്രതി മൂന്നാവർത്തി വായിച്ചു. മാസ്റ്ററുടെ അടുത്ത ചങ്ങാതിയായിരുന്നു അയ്യപ്പപ്പണിക്കർ. ആപ്തമിത്രത്തെക്കുറിച്ച് അത്രതന്നെ അടുപ്പമുള്ള ആരോടോ ഓർമ്മകൾ പങ്കിടുന്ന ശ്രുതിചേർച്ചയോടെ, വായനയിൽ അതേ അടുപ്പം തോന്നിപ്പിക്കുന്നവിധം അലങ്കാര ഘോഷങ്ങൾ കനംതൂങ്ങാത്ത ഉള്ളടക്കം ഓരോ വായനയിലും കൂടുതൽ ആസ്വാദ്യതരമായനുഭവപ്പെട്ടു. ഒരക്ഷരത്തിന്റെ ചില്ലിൽപ്പോലും തൊട്ടു തലോടുവാൻ ഇടബാക്കി വയ്ക്കാത്ത ശ്രദ്ധയും ഒതുക്കവും ആദ്യന്തം. നേരെ അച്ചടിക്കു നൽകുകയേ വേണ്ടിവന്നുള്ളൂ എനിക്കും പ്രസാധകർക്കും.

സാനുമാസ്റ്ററുടെ പുസ്തകത്തിനു ഒരവതാരിക അസംബന്ധമാകും. എന്നാലും ഒരു *പരിചായക*മാകാം എന്നു തോന്നി.

ഇക്കൂട്ടത്തിൽ ഒന്നു പറഞ്ഞുകൊള്ളട്ടെ; ആമുഖം, Introduction എന്ന അർത്ഥത്തിൽ *പരിചായകം* എന്ന വാക്കു മലയാളത്തിൽ ആദ്യമുപയോഗിച്ചത് അയ്യപ്പപ്പണിക്കരാണ്. കെ.ജി. പൗലോസിന്റെ ഇംഗ്ലീഷിലുള്ള ഒരു ഗ്രന്ഥത്തിന് എഴുതിയ മുഖക്കുറിപ്പിന് അയ്യപ്പപ്പണിക്കർ ഇംഗ്ലീഷിൽത്തന്നെ Parichayakam എന്ന പേരിട്ടു കളഞ്ഞു. അതു കണ്ട് അമ്പരപ്പോടെ ചോദ്യഭാവത്തിൽതന്നെ നോക്കിയ കെ.ജി. പൗലോസിനോട് സ്വതഃസിദ്ധമായ ചിരിയോടെ അയ്യപ്പപ്പണിക്കർ സൗമ്യമായി പറഞ്ഞു:

ഇങ്ങനെയൊക്കെയാണു ഭാഷയിൽ പുതിയ വാക്കുകൾ ഉണ്ടാകുന്നത്!

സുഗമ്സംഗീത് എന്നു ഹിന്ദിയിലും Light Music എന്ന് ആംഗലത്തിലും വിശേഷിപ്പിച്ചു പോന്ന സംഗീതധാരയെ ആകാശവാണിയുടെ തട്ടകത്തിൽ നിന്നുകൊണ്ട് *ലളിത സംഗീതം* എന്ന പേരിട്ടു മലയാളഭാഷയിൽ ജ്ഞാനസ്നാനം ചെയ്തത് പി. ഭാസ്ക്കരനാണ്. *സ്ക്രീൻ പ്ലേ*യ്ക്കു തത്തുല്യമായി

മലയാളത്തിൽ *തിരക്കഥ* എന്നാദ്യമെഴുതിയത് സി.ജെ. തോമസാണ്. ഞാനെഴുതിയ ഏതാനും മുന്നുരകളുടെ സമാഹാരത്തിനു *പരിചായകം* എന്ന പേരിട്ടപ്പോൾ എന്താണിതിനർത്ഥം എന്നു ചോദിച്ചവരേറെയാണ്!

അയ്യപ്പപ്പണിക്കരെക്കുറിച്ചുള്ള സാനുഗ്രന്ഥത്തിനു *പരിചായക*മൊരുക്കുവാൻ ആദ്യം മനസ്സിൽ തെളിഞ്ഞ പേര് കാവാലത്തിന്റേതാണ്. സാനുമാസ്റ്ററുടെ സഹപാഠി; അയ്യപ്പപ്പണിക്കരെ *കൊച്ചപ്പൻക്കുഞ്ഞെ*ന്നു വിളിച്ചിരുന്ന അയ്യപ്പപ്പണിക്കർ തിരിച്ചു *നാരായണച്ചേട്ടൻ* എന്നു വിളിച്ചിരുന്ന ബന്ധുവും ചങ്ങാതിയും; അയ്യപ്പപ്പണിക്കരും സാനുവും സി.എൻ. ശ്രീകണ്ഠൻ നായരും എം. ഗോവിന്ദനും പി.കെ. ബാലകൃഷ്ണനും ജി. ശങ്കരപ്പിള്ളയും മധുവുമടങ്ങുന്ന കൂട്ടായ്മയിൽ തുല്യപ്രമുഖാംഗം; കൂടുതൽ അനുയോജ്യനായ മറ്റൊരാളെ കണ്ടെത്തുക വയ്യ.

താനും അയ്യപ്പപ്പണിക്കരും തമ്മിലുള്ള സ്നേഹ പാരസ്പര്യത്തെക്കുറിച്ചും താനറിയുന്ന പണിക്കരെക്കുറിച്ചുമാണ് സാനുമാസ്റ്റർ എഴുതിയതെങ്കിൽ അതേ പാരസ്പര്യത്തെ തന്നെയാണ് കാവാലവും *പരിചായക*ത്തിൽ വിഷയമാക്കുന്നത്. അതുകൊണ്ടുതന്നെ ഇരു കുറിപ്പുകളും തമ്മിൽ ഒരു നൈരന്തര്യം താനേ വന്നു ഉൾഭവിച്ചിരിക്കുന്നു; ഒന്നൊന്നിനു പൂരകമായി വന്നുമിരിക്കുന്നു.

ഒരു കാര്യം ഉറപ്പാണ്. അയ്യപ്പപ്പണിക്കരുടെ ആത്മാവ് ഈ പുസ്തകം വായിക്കും; വായിച്ചാസ്വദിക്കും. തലയൊന്നാട്ടി ഹൃദയത്തിൽനിന്നും പ്രസരിച്ചെത്തുന്ന സൗമ്യത നിറഞ്ഞൂറുന്ന ഒരു ചിരിയിലൊതുക്കും പ്രതിഭവം. ആ ചിരി നിശ്ശബ്ദമായി *ഈ കോറിയിട്ടിരിക്കുന്നത് എന്നെത്തന്നെ* എന്നു സാക്ഷ്യപ്പെടുത്തും.

ഋജുവായും ഏകാഗ്രമായും എഴുതുകയും പറയുകയും ചെയ്യുന്നതിൽ വിരുതുള്ളവരാണ് സാനുമാസ്റ്ററും അയ്യപ്പപ്പണിക്കരും. എന്നിട്ടും ഈ പിന്നുര ശിഥിലമായ പൊട്ടും പൊടിയും വാരിവലിച്ചു നിരത്തുംവിധമായിപ്പോയി; എന്റെ മനസ്സുപോലെ തന്നെ!

ഗുരുവന്ദനം കാപട്യമില്ലാതെ വേണമെന്നാണ്; അതുകൊണ്ട് ശ്രമപ്പെട്ടൊരു ടിപ്പണിക്കു മുതിരുന്നില്ല.

നമോവാകം, സാനുമാസ്റ്റർക്ക്, അയ്യപ്പപ്പണിക്കർക്ക്, കാവാലത്തിന്....

സമസ്തു ഗുരു സാന്നിദ്ധ്യങ്ങൾക്കും പ്രണാമം!

■

അമേരിക്കയിൽനിന്നും ഡോ. അയ്യപ്പപ്പണിയ്ക്കർ
1981 നവംബറിൽ എം.കെ. സാനുവിന് അയച്ച ഒരു കത്ത്:

382 Whitney Ave
New Haven, CT 06511
USA

25 Nov 1981

സാനുവിന്,

അവിടെ നിന്നു പുറപ്പെട്ടിട്ട് മൂന്നു മാസമായെങ്കിലും യാത്രയും സഞ്ചാരസാഹിത്യവും എല്ലാം കഴിഞ്ഞുനോക്കിയാൽ ഒരു മാസമേ ഇവിടെ താമസമായിട്ടുള്ളൂ. എങ്കിലും Fall (Autumn) കഴിഞ്ഞ് Winter തുടങ്ങി എന്നു പറയാം. ഇന്നലെ 22^0F - ഇന്ന് 41^0F രാജ്യത്തെങ്ങും മഞ്ഞു വരുമെന്നു പ്രവചനം.

ഇതിനിടയിൽ ഒറ്റയ്ക്കുള്ള ഇരിപ്പിനിടയ്ക്ക് നിരന്തര സ്വഗതമേ കർത്തവ്യമായിട്ടുള്ളൂ. പകലൊക്കെ ലൈബ്രറിയിൽ ഇരിക്കും. രാത്രിയിൽ വഴി അപകടമെന്നാണ് പോലീസ് അറിയിപ്പ്. അതുകൊണ്ട് നേരത്തേ വീട്ടിൽ എത്തും. തന്നത്താനാണല്ലോ പാചകം. Lentle Soup, Lam Burger, Lettuce Salad മുതലായ Recipes സ്വന്തമായി നിർമ്മിച്ചു കഴിഞ്ഞു.

പിന്നെ അവിടെ എന്തൊക്കെ വിശേഷം? അടുത്ത കല്യാണത്തിനു പങ്കെടുക്കാമെന്നു കരുതുന്നു. വല്ലതും തീരുമാനമായോ? ഇവിടെ നിത്യചൈതന്യന്റെ അനന്തിരവനുണ്ട് ന്യൂയോർക്കിൽ. ഒരു കവിതാവായനയ്ക്കു പോയപ്പോൾ കണ്ടു. സത്യബാബുവിനെ ചിക്കാഗോയിൽ വച്ചു കണ്ടു, വീട്ടിൽ പോയി ഒരു രാത്രി താമസിച്ചു. ഇപ്പോൾ രണ്ടു കുട്ടികൾ. വഴിയിൽ കാറിന് മാത്രം അപകടം ഭവിച്ചു. ഞങ്ങൾക്കൊന്നും പറ്റിയില്ല. രാത്രി രണ്ടു മണിക്ക് അത്താഴം കഴിച്ചു.

മാർച്ച് ഒന്നാം തീയതി വരെയുള്ള മേൽവിലാസം മുകളിൽ കൊടുത്തിരിക്കുന്നു. അതു കഴിഞ്ഞാൽ Yale യൂണിവേഴ്സിറ്റിയിൽ നിന്ന് Harward-ലേക്കു മാറിയേക്കും. അപ്പോൾ മേൽവിലാസം മാറും. ജൂണിൽ ആസ്ത്രേലിയ വഴി തിരിച്ചെത്താമെന്നു വിചാരിക്കുന്നു.

R. Prakasam: ഇത്തവണ ആശാൻ പ്രൈസ് ആർക്ക്? കടമ്മനിട്ടയ്ക്കു കൊടുക്കാവുന്നതല്ലേ? World Prize Octavio Paz-ന് ആലോചിച്ചിരുന്നു. ഞാൻ ഫോണിൽ സംസാരിച്ചു. ദേഹസുഖമില്ലാത്തതുകൊണ്ട് അടുത്ത കൊല്ലം ആകാമെന്നു പറയുന്നു. ആവട്ടെ....

അയ്യപ്പപ്പണിക്കർ